விறலி விடு தூதுக்களில்

தேவதாசியர்

புலவர் சி.எஸ்.முருகேசன்

சங்கர் பதிப்பகம்

15 / 21, டீச்சர்ஸ் கில்டு காலனி, 2-வது தெரு,
இராஜாஜி நகர் விரிவு,
வில்லிவாக்கம், சென்னை - 600 049.
தொலைபேசி: 044-26502086, 9444191256
email: shankar_pathippagam@yahoo.com
wef: www shankarpathippagam.in & www bookthagam.com

நூல் விவரப் பட்டியல்

நூலின் பெயர்
விறலி விடு தூதுக்களில் தேவதாசியர்

உரிமை
பதிப்பகத்தார்க்கு

நூலாசிரியர்
புலவர் சி.எஸ்.முருகேசன் எம்.ஏ., பி.எச்.டி.,

நூல் அளவு
டெம்மி

பதிப்பு ஆண்டு
முதல் பதிப்பு - 2021

பக்கங்கள்
176

விலை

ISBN No: 978-93-87655-89-8

வெளியீடு
சங்கர் பதிப்பகம்
15/21, டீச்சர்ஸ் கில்டு காலனி,
2-வது தெரு, இராஜாஜி நகர் விரிவு,
வில்லிவாக்கம், சென்னை - 600 049.
தொலைபேசி: 044 - 2650 2086

வடிவமைப்பு & மேலட்டை
பழனி & லதா, வில்லிவாக்கம்.

அச்சிட்டோர்
எம்.கே.கிராபிக்ஸ், சென்னை - 600 021.
தொலைபேசி : 98408 28213

முன்னுரை

விறலி என்பவள் தூது செல்லும் இளம் பெண், அவளைத் தூதாக விடுப்பதுதான் விறலி விடு தூது.

விறலி யாருக்குத் தூது செல்கிறாள்?

பிணக்குக் கொண்ட மனையாளிடம் அவளைப் பிரிந்து சென்ற கணவன், வீடு திரும்ப விரும்பும் செய்தியையும், அவனது தற்போதைய நிலைமையையும் சொல்லி, சென்றவனைப் பரிவோடு வரவேற்க அவளைச் சம்மதிக்கச் செய்யும் தூதுவராக விறலி செல்கிறாள். இது தான் விறலி விடு தூது.

விறலிவிடு தூதுக்களில் வள்ளல்களின் கொடை புகழப்படுகிறது. மன்னர்களின் வரலாறுகள் சொல்லப்படுகிறது. நாடு நகரங்களின் வளங்கள் வர்ணிக்கப்படுகிறது. சமூகச் சூழல்களைக் காட்சிகளாகத் தருகிறது. பக்தி பரவசமாய் வெளிப்படுகின்றது. திருவிழா கொண்டாடப்படுகின்றது. அஷ்ட அவதானங்களையும் அற்புதமாகச் சொல்கிறது. நீதிநெறிகள் போதிக்கப்படுகின்றன. சுவையான கதைகள் பல சொல்லப்படுகின்றன. சொல்லலங்கார இலக்கியமாக ஓன்பான் சுவைகளையும் ஒவ்வொன்றாகத் தருகிறது.

இது விறலி விடு தூதுக்களுக்கான ஆய்வு நூலல்ல, அந்நூலில் உலாவரும் தேவதாசிகளின் அறிமுக நூல்.

விறலி விடு தூதுக்களின் நாயகியராக அழகான தேவதாசியர் அறிமுகமாகின்றனர். அலங்காரமாய் வீதி உலா போகின்றனர். அழகாய் நாட்டியங்கள் ஆடுகின்றனர்.

அருமையாய் கீர்த்தனங்கள் பாடுகின்றனர். தம் அழகால் பிறரை மயக்குகின்றனர். சில சமயங்களில் சிருங்காரம் சொட்டச் சொட்ட காதல் மொழிகளும் பேசுகின்றனர்.

அவர்களின் அழகைக் காண ஊர் முழுக்க ஆடவர் கூட்டமே திரளுகிறது. அந்தக்கூட்டத்தில் இளைஞர்களெல்லாம் வரிசைகட்டி நிற்கின்றனர். தாசிகளின் ஆட்டம் ஆரம்பமாகிறது.

எல்லா ஆட்டங்களிலும் தாசியரே வெற்றி பெறுகின்றனர். ஆட்டத்தில் பங்கு கொண்ட ஆடவர் அனைவரும் ஆசையுடன் தோற்றுக் கொண்டே இருக்கின்றனர். இப்படி ஊடலில் தோற்பவர்தான் உண்மையில் வெற்றி பெற்றவராவர். இந்தத் தோல்விக்கான வெற்றி பரிசு அவர்களுக்கு பள்ளியறையில் காத்திருக்கும் என்ற வள்ளுவரின் வார்த்தைகளைப் படித்திருப்பார்களோ! என்னவோ அதனால் விரும்பியே தோற்கின்றனர். தாசியர் அனைவரும் ஆட்டத்தை ஆடாமலே எப்படி வெற்றி பெற்றனர் என்பதுதான் ஆட்டத்தின் சுவாரசியம்.

ஆடவர் தாசிகளிடம் பொருளிழக்கின்றனர். இழந்தப் பொருளுக்கு இன்பம் காணும்முன்னே இழக்கக்கூடாத தன்மானத்தை இழக்கின்றனர். அவமானப்படுகின்றனர். காசில்லாத நிலையில் காவலும் இருக்கின்றனர். கடைசியில் வெளியே துரத்தப்படுகின்றனர்.

நீதிமன்றம் சென்றாலும் இழந்த பொருள்தான் திரும்பவும் கிடைக்குமோ?

பாம்பின் வாய்பட்ட தவளை
யானை வாய்ப்பட்ட கரும்பு
தீக்குள் சென்ற நெய்

இவைகளெல்லாம் திரும்ப வராதது போலவே தாசியிடம் சென்ற பொருளும் திரும்பாது என்று நீதிமன்றத்தார் தீர்ப்பளித்தனர்.

இழந்த பொருளை வள்ளல்களின் கொடை மூலம் மீட்டுக் கொள்ளலாம். இழந்த குடும்ப உறவையும் விறலி மூலம் மீட்டுக் கொள்ளலாம் என்று ஆறுதல் கூறியது நீதிமன்றம்.

ஆனால் தாசிகள் மூலம் போன மானங்களும், அவமானங் களும், பொருளிழப்பும், உடல் நலமும் போனது போனது தான். அவைகளை எந்த நிலையிலும் ஈடுசெய்ய முடியாது என அறிவுரை கூறுகிறது விறலி விடு தூது.

'அரைக் காசுக்கு போன மானம் ஆயிரம் கொடுத்தாலும் வராது' என்பதுதான் விறலி விடு தூது சொன்ன நீதி மொழி?

இந்த வகையில் சமூகத்திற்குத் தேவையான நல்ல அறக்கருத்துக்களைக் கூறும் நீதி இலக்கியமாகவும் விறலி விடு தூதுக்கள் இருக்கின்றன.

விறலி விடு தூதுக்கள் அனைத்தும் தேவதாசிகளின் வாழ்க்கையை ஆராய்கின்றன. அந்த ஆய்வின் அறிமுகத்தில் முன்னுரையாய் வந்த சில தேவதாசிகளின் இலக்கியப் பக்கங்கள் இவை.

நூலுக்கு தேவையான ஆலோசனைகள் வழங்கி அழகாக பதிப்பித்து வெளியிட்ட பதிப்புச் செம்மல் ஆ.கோமதிநாயகம் அவர்களுக்கும், ஒளி அச்சு செய்து நூலை உருவாக்கிய தொழில் நுட்பக் கலைஞர்களுக்கும் என் நெஞ்சார்ந்த நன்றிகள்.

அன்புடன்

சி.எஸ்.முருகேசன்

பொருளடக்கம்

1. தூது நடந்து வந்த பாதை

ஒருவர் தான் சொல்ல விரும்பும் செய்தியை, நேரிடையாகச் சொல்ல முடியாத வேளையில் இன்னொருவர் மூலம் தெரிவிப்பதுதான் தூது.

தொல்காப்பியர் காலத்தில் காதல், அரசியல் அல்லது போர், இவைகளுக்கு மட்டுமே தூது சொல்லப்பட்டது. அவர் காலத்தில் அஃறிணைப் பொருட்கள் தூதாக அனுப்பப்படவில்லை, தோழனும், தோழியரும், பெரியவர் களுமே தூதாக அனுப்பப்பட்டனர். இந்தத் தூதுவர்களை வாயில் என்ற சொல்லால் தொல்காப்பியர் குறிப்பிடுகின்றார். சங்ககாலத்தில் நண்டு, நாரை, குருகு, வண்டு முதலான அஃறிணைப் பொருட்களும் இலக்கிய வழக்கில் தூது சென்றன. இவர்களுக்கு பிறகே விறலி தூது செல்கிறாள்.

இந்தத் தூதினை அகத்தூது, புறத்தூது என இரண்டாகக் கூறலாம்.

அகத்தூது

அகத்தூது என்பது தலைவன் தலைவியிடத்தே தூது அனுப்புதலும், தலைவி தலைவியிடத்தே தூது அனுப்புதலும் ஆகும்.

ஒத்த இயல்புடைய தலைவனும் தலைவியும் தங்களின் உள்ளத்து உணர்ச்சிகளை ஒருவருக்கொருவர் அறிந்து கொள்ளும் நிலையில் அவர்களுக்கு தூது தேவைப்படுகிறது.

இந்த இருவருக்குமிடையே நிகழும் காதல் பரிமாற்றத்திற்கு தோழி, தாய், பார்ப்பான், தோழன், பாணன், பாடினி, இளையர், விருந்தினர் ஆகியோர் தூது செல்வர் என்றும், இப்படித் தூது செல்லும் இந்த தூதர்கள் வாயில் எனப்படுவர் என்றும் தொல்காப்பியம் கூறுகிறது.

காதலர்களின் உள்ளத்து உணர்வுகள் மென்மையானவை. இரகசியமானவை. அவர்களுக்கு மட்டுமே சொந்தமானவை. அதனால் இந்த உணர்வுகளை தலைவன் தலைவிக்கோ, அல்லது தலைவி தலைவனுக்கோ சொல்லும் நிலையில் அதனைப் பிறர் அறிதல் நாகரிகமன்று என்று பேசாதன (வாயில்லா ஜீவன்கள்) மற்றும் உயிரற்ற பொருட்களைத் தூதாக அனுப்பும் உத்தி கையாளப்பட்டது.

இலக்கிய வழக்கில் இது சுவையானதுதான் எனினும் நடைமுறையில் இது சாத்தியமில்லாதது. அதனால் தூது செல்லும் பொருட்களை முன்னிறுத்தி அவைகளிடம் பேசுவது போல அவர்களிருவரும் பேசிக்கொள்ளுவார்கள். இதனை சாடை பேசுதல் என்றும் சொல்வார்கள்.

புறத்தூது

அரசர்கள் பகைவரிடத்துத் தூது அனுப்புதலும், புலவர்கள் புரவலர்களிடத்து தூது அனுப்புதலும் புறத்தூது ஆகும்.

பாலைத் திணையின் உரிப்பொருளான பிரிவு நிகழுமிடங்களைப் பற்றிக் கூறுமிடத்து 'ஓதல் பகையே தூதிவை பிரிவே' எனப் புறத்தூது பற்றி தொல்காப்பியம் கூறுகிறது. தலைவன் தலைவி பிரிவு ஓதல் காரணமாகவோ பகைமேலோ, பகைவரிடம் நட்பு ஏற்படுத்தவோ நிகழும் என்று தொல்காப்பியர் கூறுகின்றார்.

பாலைத்திணை என்பது அகத்திணையாயினும் தூது பிரிவு அரசியல் காரணமாக அமைந்திருப்பதனால் இப்பிரிவு புறத்தூதாக அமைகிறது.

அகப்புறத் தூதுக்கள் தனி இலக்கியங்களாக உருவெடுக்கும் முன் இவை தனிப்படல்களாக இலக்கியங்களில் தலைக் காட்டுகின்றன.

தமிழ் இலக்கியங்களில் புறத்தூதுவுக்கு ஆரம்பப்புள்ளி எது என்று தேட ஆரம்பித்தால் நட்புக்காக கோப்பெருஞ் சோழன்பால், பிசிராந்தையார் அன்னத்தைத் தூதனுப்பிய செய்தி புறநானூற்றில் தெரியவரும்[1].

புறநானூற்றுப் பாடல் ஒன்று முதல் பெண்தூதராக ஔவையாரை அறிமுகப்படுத்துகின்றது. அதியமானுக்காக தொண்டைமானிடம் சமாதானத் தூது சென்ற ஔவையார் அதனை வெற்றிகரமாக முடித்திருப்பது இந்தப்பாடலில் கூறப்படுகிறது.[2]

புறநானூற்று 67 ஆம் பாடலில் சோழன் கிள்ளி வளவனுக்கு பிசிராந்தையார் அனுப்பிய அன்னச் சேவல் தூது காணப்படுகிறது.

இவைகள் புறத்தூதுவுக்கு எடுத்துக்காட்டுகள்.

அகநானூற்றில் ' கனலும் கழறாது கழியம் கூறாது' என்னும் பாடலில் பல நாட்களாகத் தன் காதலனைக் காணாத காதலி அவனது பிரிவினால் தான் படும் துயரினை அவனிடம் சென்று தெரிவிக்குமாறு கடற்கரையில் இருக்கும் நண்டிடம் தெரிவிக்கும் நண்டு விடு தூது முதன்மைப் பெறுகிறது.[3]

குறுந்தொகையில் "அம்ம வாழியோ மணிச்சிறைத் தும்பி" என்ற பாடலில் தலைவியின் துயரத்தை தோழி தும்பியின் மூலமாக தலைவனுக்குத் தெரிவிக்கிறாள்.[4]

நற்றிணையில்

"சிறு வெள்ளாங்குருகே! சிறு வெள்ளாங்குறுகே!"

என்ற பாடலில், காதல் நோயினால் தன் அணிகள் நெகிழும் துன்பத்தைத் தலைவனுக்குத் தெரிவிக்குமாறு சிறு வெள்ளாங்குருகு ஒன்றை அழைத்துத் தலைவி தூது விடுகிறாள்.[5]

இப்படி இலக்கியத்தில் வளர்ந்து வந்த தூதுக்களில் நளன் தமயந்தி கதை கூறும் நைடதம் மற்றும் நளவெண்பாக்களில் அன்னத்தின் தூது சிறப்பாகக் கூறப்படுகிறது. இதில் நளன் தமயந்திக்கு விடும் அன்னத் தூதும், தமயந்தி நளனுக்கு விடும் அன்னத் தூதும் சிறப்பானவை.

சத்தி முத்தப் புலவர் தன் மனைவிக்கு விடுத்த நாரை விடு தூது இன்றும் தனிப்பாடல் வகையுள் குறிப்பிடத்தக்கதாய் இருக்கிறது.

நாராய்! நாராய்! செங்கால் நாராய்!
பழம்படு பனையின் கிழங்கு பிளந்தன்ன
பவளக் கூர்வாய் செங்கால் நாராய்!
நீயுநின் மனைவியும் தென்றிசைக் குமரியாடி
வடதிசைக் கேகுவீ ராயின்
எம்மூர்ச் சத்திமுத்த வாவியுள் தங்கி
நனைசுவர்க் கூரைக் கனைகுரற் பல்லி
பாடுபார்த் திருக்குமென் மனைவியைக் கண்டு
எங்கோன் மாறன் வழுதி கூடலில்
ஆடை யின்றி வாடையின் மெலிந்து
கையது கொண்டு மெய்யது பொத்திக்
காலது கொண்டு மேலது தழீஇப்
பேழையுள் இருக்கும் பாம்பென உயிர்க்கும்
ஏழை யாளனைக் கண்டனம் எனுமே

இலக்கிய தூதுக்கு எல்லோரின் மனதிலும் நினைவுக்கு வருவது இந்த நாரை விடு தூது பாடலாகத்தான் இருக்கும்.

இப்படி தனிப்பாடல்களாய் உருவான தூது கி.பி.14 ஆம் நூற்றாண்டில் தனி இலக்கிய வகையாக உருவாயிற்று. இந்த வகையில் முதல் தூது இலக்கியம் 'நெஞ்சு விடு தூது' ஆகும். இந்த நெஞ்சு விடு தூதைத் தொடர்ந்து தமிழ் விடு தூது, அன்னம் விடு தூது, மேகம் விடு தூது, காக்கை விடு தூது, பழையது விடு தூது, மான் விடு தூது போன்று இருநூறுக்கும் அதிகமான தூது நூல்கள் தோன்றின.

இந்த தூது நூல்கள் அனைத்தும்

"பயில் தரும்கலி வெண்பாவினாலே
உயர் திணைப் பொருளையும் அஃறிணைப் பொருளையும்
சந்தியின் விடுத்தல் முந்நூறு தூது எனப்
பாட்டியற் புலவர் நாட்டினர் தெளிந்தே"

என்ற இலக்கண விளக்க சூத்திரப்படியே கலிவெண் பாவினால் இயற்றப்பட்டன. இதனைத் தொடர்ந்து 19 ஆம் நூற்றாண்டில் இயற்றப்பட்ட 'தத்தை விடு தூது' பழைய இலக்கண மரபிலிருந்து சிறிது விலகி, கொச்சகக்

கலிப்பாவால் இயற்றப்பட்டதுடன், புதிய இலக்கிய அமைப்பு, புதிய பாடுபொருள், புதிய யாப்பு, என தூது இலக்கிய விதியில் புதிய பரிணாமத்தை உருவாக்கியது.

இதன் பிறகு எழுந்த தூது இலக்கியங்களில், தலைவியோ அல்லது தலைவனோ தூது பெறுபவரின் பெருமையைக் கூறி, ‘மாலை வாங்கி வரும்’ பழைய முறை மாறின. தூது என்பது பல்வேறு காரணங்களுக்காகவும் விடப்படலாம் என்கிற நிலையை உருவாக்கின.

இந்த வகையில் இலக்கணம் மீறிய இலக்கியமாக உருவானவைதான் விறலி விடு தூதுக்கள்

இந்த இலக்கியப் பாடல்களே தற்கால திரைப்பாடல்களிலும் காதலர்களின் தூதுக்களாக தொடர்கதையாகி நிற்கிறது.

தோழி விடு தூது

“தூது சொல்ல ஒரு தோழி இல்லையென்று
துயர் கொண்டாயோ தலைவி” - கண்ணதாசன்

தென்றல் விடு தூது

“அசைந்தாடும் தென்றலே தூது செல்லாயோ
தேன் அமுதான கவிபாடி சேதி சொல்லாயோ” - கண்ணதாசன்

பந்து விடு தூது

“பறக்கும் பந்து பறக்கும் அது
பறந்தோடி வரும் தூது” - கண்ணதாசன்

தண்ணீர் விடு தூது

“மேகத்தைத் தூது விட்டா திசை மாறிப் போகுமோன்னு
தாகமுள்ள மச்சானே தண்ணிய நான் தூது விட்டேன்” - வைரமுத்து

இந்தத் திரை தூதுக்களில் நீண்டநாள் நினைவில் நிற்கும் தூதாக ‘பதினாறு வயதினிலே’ படத்தின் ‘செந்தூரப்பூவே’ பாடலைக் குறிப்பிடலாம்.

“செந்தூரப் பூவே! செந்தூரப் பூவே! சில்லென்ற காற்றே!
என் மன்னன் எங்கே, என் மன்னன் எங்கே
நீ கொஞ்சம் சொல்லாயோ!
தென்றலைத் தூது விட்டு, ஒரு சேதிக்குக் காத்திருப்பேன்

கண்களை மூடவிட்டு, இன்பக் கனவினில் நான் மிதப்பேன்
கன்னிப் பருவத்தில் வந்த கனவிதுவே!
என்னை இழுக்குது அந்த நினைவதுவே!
வண்ணப் பூவே! தென்றல் காற்றே!
என்னைத் தேடி சுகம் வருமோ?
நீலக் கருங்குயிலே! தென்னஞ்சோலைக் குருவிகளே!
கோலமிடும் மயிலே! நல்ல கானப் பறவைகளே!
மாலை வரும் அந்த நாளை உரைத்திடுங்கள்!
சாலை வழி எங்கும் பூவை இறைத்திடுங்கள்
வண்ணப் பூவே! தென்றல் காற்றே!
என்னைத் தேடி சுகம் வருமோ?"

கங்கை அமரனின் இந்த ஒரு பாட்டில் செந்தூரப் பூ, தென்றல் காற்று, நீலக் கருங்குயில், சோலைக் குருவிகள், மயில், கானப்பறவைகள், வண்ணப் பூக்கள் என்று எத்தனை பேர் தூது செல்கிறார்கள்.

●●●

2. விறலி விடு தூதுக்கள்

விறலி விடு தூதுக்கள் தூது நூல்களில் வித்தியாசமானவை. இதற்கு முன்னர் தோன்றிய தூதுக்கள் பெரும்பாலும் அஃறிணை பொருட்களையே தூதாக அனுப்பின. உயர்திணை நபர்களை தூது அனுப்பும் முறை கொஞ்சமாகவே எட்டிப்பார்த்தது. இப்படி எட்டிப்பார்த்தவை எல்லாமே பெண் ஆணுக்கு விடும் தூது இலக்கியமாகவே இருந்தது. இந்த சூழ்நிலையில் இலக்கணம் மீறிய இலக்கியங்களாக எழுந்ததுதான் விறலி விடு தூதுக்கள்.

நாயக்க மன்னர்கள் தமிழ்மொழிக்கும், தமிழ் இலக்கியங் களுக்கும் ஆதரவு அளிக்காத நிலையில், தமிழ்நாட்டில் தமிழ் முடங்கிப் போனது. ஆயினும் மனம் சோர்வடையாத தமிழறிஞர்கள் சிற்றிலக்கியங்கள் பல இயற்றி, தமிழை உயிர்ப்பிக்க சிற்றரசர்கள், பாளையக்காரர்கள், ஜமீன்தார்கள் என பலரின் ஆதரவை நாடினர். ஆனால் அவர்களின் இலக்கிய எதிர்பார்ப்போ வேறு விதமாக இருந்தது. அந்த எதிர்பார்ப்பு புலவர்களுக்கு ஏமாற்றத்தை அளித்தது.

தமிழ் இலக்கியங்கள் தழைப்பதற்கு அரசின் ஆதரவு வேண்டும். ஆனால் அப்போதிருந்த அரசியல் சூழ்நிலையில் அதற்கு வாய்ப்பே இல்லாதிருந்தது.

'அந்தகனே நாயக னானால்
செந்திரு வைப்போலங் கைச்
சிங்காரித் தென்ன பயன்'

என்ற நிலையில்தான் தமிழ் இருந்தது.

தமிழில் சிற்றிலக்கியங்கள் தோன்ற வேண்டுமானால் சிற்றரசர்கள், பாளையக்காரர்கள், ஜமீன்தாரர்கள் ஆகிய இவர்களின் ஆதரவு வேண்டும். இவர்களின் ஆதரவு வேண்டுமானால் இவர்களது எதிர்பார்ப்புகள் இலக்கியங்களில் நிறைவேற்றப்பட வேண்டும்.

அப்படி என்ன எதிர்பார்ப்பு?

தமிழகமெங்கும் தேவதாசிகள் செல்வாக்கு பெற்றிருந்த அந்தக் காலத்தில் அவர்களின் பெருமை விளங்கும்படியான சிருங்காரச்சுவை கொண்ட நூல்கள் இயற்றப்பட வேண்டும்.

ஆனால் அப்படி செய்ய முடியுமானால் தமிழ்மொழி கண்ணியம் குறைவுபட்டுவிடுமே! அதைவிட தமிழை இப்படியே மெல்லச் சாகும்படி விட்டுவிடலாம்.

ஆனாலும் புலவர்கள் 'தமிழ் தழைக்க' அதையும் செய்யத் தயாராக இருந்தார்கள். பாலுக்கும் காவல், பூனைக்கும் தோழன் என்பது போல தமிழின் கண்ணியத்துக்கு பங்கம் வராத வகையில் அவர்களின் ரசனைக்கேற்றபடி சிற்றிலக்கியங்களை உருவாக்கினர்.

சிற்றின்பம் பேசி, நல்லின்பம் பேண அறிவுறுத்துவதுதான் சிற்றிலக்கியம் என்று வகுக்கப்பட்ட இலக்கணத்தை ஒட்டி புதிய வகை சிற்றிலக்கியங்களைப் படைக்கத் தொடங்கினர். இப்படி உருவான ஒரு சிற்றிலக்கிய வகைதான் விறலி விடு தூதுக்கள்.

சமூகத்தில் தேவதாசிகளின் செல்வாக்கு பெருகியிருந்த காலத்தில், செல்வந்தர்கள் தாசிகளின் தொடர்பை, பெருமைக்குரியதாக எண்ணியிருந்த வேளையில், தாசிகளைக் கதாநாயகிகளாகக் கொண்டு புலவர்கள் விறலி விடு தூதுக்களைப் படைக்கத் தொடங்கினர்.

எல்லாவற்றுக்கும் ஒரு வரலாறு இருப்பது போலவே இந்த விறலி விடு தூதுக்கள் தோன்றுவதற்கும் ஒரு வரலாறு இருப்பதாகக் கூறப்படுகிறது.

குறுந்தொகையின் தலைவன் ஒருவன் பரத்தையின் உறவை விரும்பித் தலைவியைப் பிரிந்து வெளியே செல்கின்றான். சிறிது காலம் சென்றபின் தலைவியின் நினைவு அவனுக்கு வந்த நிலையில், தன் வீட்டிற்குத் திரும்ப ஆசைப்படுகிறான்.

ஆனால் தலைவி ஏற்பாளா?

தலைவி மீது தனக்கிருக்கும் பேரன்பினைச் சொல்லி, வீடு திரும்ப அவளது இசைவைப் பெற்றுவரத் தூதுவன் ஒருவனை அவளிடம் அனுப்புகிறான் தலைவன்.

தூதுவனும், தலைவன் தலைவிபால் வைத்துள்ள அன்பினையும், அவனது இப்போதைய விருப்பத்தினையும் தலைவியிடம் எடுத்துரைக்கிறான். தூதுவனின் பேச்சைக் கேட்ட தலைவி தனது தோழியிடம் பதில் தூது அனுப்புகின்றாள்.

புல்வீழ் இற்றிக் கல்லிவர் வெள்வேர்
வரையிழி அருவியின் தோன்றம் நாடன்
தீதில் நெஞ்சத்துக் கிளவி நம்வயின்
வந்தன்று வாழி தோழி நாமும்
நெய் பெய் தீயின் எதிர் கொண்டு
தான் மணந் தனையம் என விடுகம் தூதே! 6

தலைவன் அவள் மீது பேரன்பு கொண்டிருப்பதாகக் கூறிய பாணனின் தூதுக்கு பதில் மொழியாகத் தலைவியும் தன் தோழியிடம் "தோழி! புல்லியராகிய பரத்தையரைத் தன்பால் உண்மைக் காதலுடையவரென்றுக் கருதி மயங்கினான் நம் தலைவன். ஆனால் அவளது அன்பின் தன்மையை உணர்ந்த பிறகு நம்முடைய உண்மை அன்பைத் தெரிந்து கொண்டான் என்பது தூதுவனின் சொற்களாக இப்போது நம்மிடையே வந்திருக்கிறது. அதனால் நாமும் நெய் ஊற்றப்பட்ட தீயினைப் போல அவனை எதிரேற்றுக் கொள்வோம். அவன் நம்மை மணந்தக் காலத்து எத்தகைய அன்புடையாளாக இருந்தோமோ, இப்போதும் அதே அன்பினை உடையவராக இருக்கின்றோம், என்ற செய்தியைச் சொல்லி, இத்தூதனை அவன்பால் அனுப்பி வைப்பாயாக" என்று தலைவனின் தூதை ஏற்றுக் கொண்ட விபரத்தைத் தலைவி சொல்லி அனுப்பி வைக்கிறாள்.

தலைவன் தலைவியிடம், தாம் இப்போதும் அன்புடையவனாக இருப்பதாகக் கூறுவது தலைவன் தலைவிக்கு விடுத்த தூது.

திருமணமான காலத்து தலைவன் மீது தலைவி எத்தகைய அன்புடையவளாக இருந்தாளோ அத்தகைய தன்மையுடனே தற்போதும் இருப்பதாகக் கூறுவது தலைவி தலைவனுக்கு விடுத்த தூது.

இப்படி தலைவனும் தலைவியும் தூது விடும் குறிப்புகள் ஒரே பாடலில் இடம் பெற்றுள்ளன. இந்த குறுந்தொகைப் பாடலை அடிப்படையாகக் கொண்டு, ஒரு சில மாற்றங்களுடன் உருவானதுதான் விறலி விடு தூது என்னும் சிற்றிலக்கிய வகையாகும்.

அப்படிச் செய்யப்பட்ட மாற்றங்களில் முக்கியமானது, தலைவிக்குத் தூதாக அனுப்பப்பட்ட தூதுவனுக்குப் பதில் அழகான விறலி தூதாக அனுப்பப்படுகிறாள். இதில் பரத்தையர் உறவு கடியப்படுதல் போலவே தாசியர்களின் உறவும் கடியப்படுகிறது.

இந்த விறலி விடு தூதுக்களில் வள்ளல்களின் விருப்பப்படியே தாசியர்களின் அழகுகள் புகழப்படுகின்ற அதே வேளையில், அவர்கள் ஆடவர்களிடம் பொருள் பறிப்பதற்காக மேற்கொள்ளும் தந்திரங்கள், சூழ்ச்சிகள், ஆகியவைகளையும் கூட்டிக்காட்டி, தாசியர்களிடம் ஏமார்ந்து, நடுத்தெருவுக்கு வந்தவர்களின் நிலைமைகளையும் எடுத்துக் காட்டி , தாசிகளின் மோகவலையில் சிக்கியவர்களை நல்வழிக்குத் திரும்புமாறும், எடுத்துரைக்கப்பட்டது.

இந்த விறலி விடு தூதுக்கள் படிப்பதற்கு சிருங்காரச் சுவை நிறைந்த நூல்கள்போலத் தோற்றம் தந்தாலும், அவை அனைத்தும் இனிப்பு முலாம் பூசிய கசப்பு மருந்துகள் போல் நீதி இலக்கியங்களாக உருவாயின என்பது போகப் போக புரிந்து கொள்ளப்பட்டது.

நீதி இலக்கியங்கள் மூலமாக சமூகத்துக்கு நேரிடையாக அறிவுரைகளைச் சொல்லிப் பார்த்த சான்றோர்கள் அதனால் பலன் ஏதும் விளையாத நிலையில், அவர்கள் விருப்பத்தின்படியே தாசியர்கள் பற்றிய செய்திகளினூடே தம் அறிவுரைகளையும் சொல்லிப் போந்தனர். தாசியர்களின் முறையற்ற தொடர்பு முதலில் இன்பமாகத் தோன்றினாலும் முடிவில் அது துன்பமாகவே முடியும் என்று விறலி விடு தூதுக்கள் மூலம் மக்களுக்கு உணர்த்தினர்.

சிற்றின்பத்தைப் பேரின்பமாக மாற்றும் இரசவாதக் கலையை தமிழறிஞர்கள் விறலிவிடு தூது இலக்கியங்களில் செய்து காட்டினர்.

●●●

3. விறலியும் தூதும்

தூது இலக்கியங்களைப் பட்டியலிட்டுப் பார்த்தால் எத்தனையோ தூதுக்கள் அகமும், புறமமாக வரிசையாக வலம் வருகின்றன. அகத்தூதுக்களாக வருபவைகளில் பெரும்பான்மையாக மான், மயில், குயில், கிளி, நாரை, தும்பி, மேகம், தென்றல் போன்ற அஃறிணைப் பொருட்களே தூது செல்கின்றன. இவை இலக்கிய வழக்காக இன்றும் தொடருகின்றன.

உயர்திணை தூதுக்களாக தோழி, தோழன், தாய், பாணன், பாடினி, கூத்தர், விறலியர், சான்றோர் முதலியோர் செல்லும் தூதுக்களும் சமூக வழக்காகி இலக்கிய அந்தஸ்த்தைப் பெறுகின்றன.

இலக்கிய வழக்கோ, சமூக வழக்கோ, தூது யார் செல்கிறார்கள் என்பது முக்கியமல்ல தூது எப்படிச் செல்ல வேண்டும் என்பதுதான் முக்கியம். தூது சொல்ல வேண்டிய நபருக்கு கருணை உள்ளம், உயர் குலப்பிறப்பு, சிறந்த பழக்க வழக்கம், அன்பு காட்டும் இயல்பு, விரைவில் புரிந்து கொள்ளும் புத்திசாலித்தனம், பேச்சுத் திறமை ஆகியன இன்றியமையாதவை என இலக்கண நூல்கள் தெரிவிக்கின்றன.

தூது செல்பவருக்கு பொறுமையும், சமயோசிதமாக நடந்துகொள்ளும் திறனும் தேவை, தூதைக் கேட்பவருக்கு,

அச்செய்தி அவர்களுக்கு ஏற்புடையதாக இல்லையென்றால் அவர் சினத்தின் வசப்படுவர். அந்நிலையில் அவருக்கு பொறுமையாக சமாதானம் சொல்லும் திறன் படைத்த தூதுவர் தேவை.

கேட்பவர் சினத்தின் வசப்படும்போது தூதுவர் பொறுமை இழந்தாலோ அல்லது உணர்ச்சிவசப்பட்டாலோ அல்லது சுணக்கம் காட்டினாலோ தூது வந்த காரியம் எதிர்மறையான விளைவுகளை ஏற்படுத்திவிடும்.

இப்படிப்பட்ட சிறப்பான குணங்கள் விறலியருக்கு மட்டுமே உண்டு என்று இலக்கியங்கள் தெரிவிக்கின்றன. தலைவன் தலைவி இவர்களிடையேயான ஊடற்பிணக்கைத் தீர்த்து வைப்பதற்குத் தூதாக அனுப்பப் பெறும் விறலி அனைத்து அங்க லட்சணங்களும் பொருந்தியவளாக இருக்க வேண்டும், சங்கீத ஞானம் மிக்கவளாக இருக்க வேண்டும், இல்லற வாழ்க்கையின் நுட்பங்களைக் கற்றுத் தேறியவளாகவும், திருமணமாகாத கன்னிப்பெண்ணாகவும் இருக்க வேண்டும்.

தூது செல்லும் விறலி நல்ல வாக்குத் திறனும், இனிதாகப் பழகும் தன்மையும், பொறுமையுடன் பிறர் கூறுவதைக் கேட்டு பதிலுரைத்து தன் சார்புக்குக் கவரக்கூடிய பண்பும், தோற்றத்தாலேயே பிறருடைய நன்மதிப்பையும், அன்பையும் பெறக்கூடிய உடல் வனப்பும் உள்ளவர்களாக இருக்க வேண்டும். மேலும் அமைச்சர்க்குரிய அறிவுக்கூர்மையும், அனுகுமுறையும், உடையவராக இருக்க வேண்டுமென்பதை விறலி விடு தூதுக்கள் தெரிவிக்கின்றன.

விறலி தலைவனின் திறமைகளை உணர்ந்தவள். அதே சமயம் தலைவியின் மனம் போகும் போக்கினையும் தெரிந்தவள். அவளிடம் எப்பொழுது தூது செல்ல வேண்டும், எப்படிப் பேசினால் ஊடல் கொண்ட தலைவி சமாதானம் ஆவாள் என்ற நெளிவு, சுளிவுகளை அறிந்தவள். அதனால்தான் தலைவன் பிணக்குக் கொண்ட தன் மனைவியான தலைவியிடம் தூது செல்வதற்கு விறலியைத் தேர்ந்தெடுக்கிறான்.

விறலியானவள் ஊடல் கொண்ட தலைவியிடம் அவளைப் பிரிந்து சென்ற தலைவனின் அருமைப் பெருமைகளைச் சொல்லி, அவன் அவளுக்கு தூது விடுத்த செய்திகளையும் சொல்லி, அவனது வருகையையும் தெரிவிப்பாள்.

.... இந்த இடைவெளி தலைவிக்கு.

விறலி சொல்வதை, தலைவி பேசாமல் கேட்டுக் கொண்டிருந்தால், பிரிந்து சென்ற கணவனைப் பரிவோடு வரவேற்கத் தயாராக இருக்கும்படி அவளிடம் சொல்வாள். தலைவி கோபப்படுவது போன்ற முகக்குறிப்புத் தெரிந்தால் வெளியே செல்வது போல அவளிடம் போக்குக் காட்டுவாள் விறலி.

இப்படி பிணக்கு கொண்ட தலைவியையும், தலைவனையும் சமாதானம் செய்து சேர்த்து வைக்கும் திறமைமிக்க இளம் பெண்ணே தூது இலக்கியங்களில் விறலியாக அறிமுகப்படுத்தப்படுகிறாள்.

காதலன் காதலிக்குத் தூது அனுப்பலாம், காதலி காதலனுக்குத் தூது அனுப்பலாம், இது உலக நடைமுறைக்கு உட்பட்டது. ஆனால் கணவன் ஊடல் கொண்ட தன் மனைவிக்கு தூது அனுப்புவது என்பது விறலி விடு தூதுக்களில் புதிய நடைமுறையாக அறிமுகமாகியது. சங்க இலக்கியங்களில் ஆடலும், பாடலும் அறிந்த அழகான பெண்ணாகக் காட்டப்படும் விறலி, இந்தத் தூது இலக்கியத்தில் அறிவானவளாகவும் தூது செல்லும் தகுதி பெற்றவளாகவும் காட்டப்படுகிறாள்.

ஓர் அறிமுகத் தூது........

நண்ணாவூர் சங்கமேசுவரர் விறலி விடு தூதின் நாயகன் சோடச அவதானி தன் மனைவியிடம் விறலியைத் தூது செல்ல வேண்டுகிறான்.

“கேட்டாயோ? விறலியே! பண்டொருநாள் சுந்தர மூர்த்தி நாயனாருக்கும் பரவை நாச்சியாருக்கும் இடையில் பிணக்கு ஏற்பட்டபோது இடையில் சொக்கலிங்கப் பெருமான் தூது போய் அவர்கள் ஊடலைத் தணித்ததுபோல், நீ எனக்காகத்

தூது சென்று என் மனைவியின் ஊடலைத் தணிக்க வேண்டும்" என்று கேட்டுக் கொள்ள விறலியும் சோடச அவதானியின் மனைவியிடம் தூது செல்கிறாள்.

"மாதரசே! கணவனிடம் மோடி செய்யக் கூடாது அடக்க ஒடுக்கமாக இருத்தல் வேண்டும்" என்று அறிவுரை சொல்லிப் பார்க்கிறாள்.

அவ்வளவுதான் தூது வந்த விறலியைத் தலைவி இடது, வலது என வாங்கு, வாங்கென்று வாங்கி, வசைபாடி விடுகிறாள்.

"விறலியே! கற்றுணர்ந்தவர்கள் அதற்குத் தக்கவாறு நடக்க வேண்டும். என்னை விட்டுப் பிரிந்து சென்ற அவர், இப்பொழுதும் என்னிடம் அன்பாக இருப்பதாகச் சொன்னால் யாரும் சிரிப்பார்கள். அவரது உபதேசமெல்லாம் ஊருக்குத்தான். சாத்திர, புராண, சகல, கலைக்கியானம் எல்லாம் மற்றவர்க்குச் பார்த்து சொல்லும் அவர், தான் மட்டும் அதை கடைப்பிடிக்க மாட்டாரோ?

இவரின் நடத்தை கண்டு, என் பேச்சுக்கு மறு பேச்சுப் பேசாத பணிப்பெண் ஆயிமுத்து கூட கேலி சிரிப்பு சிரிக்கிறாள். மேலண்டை வீட்டிலுள்ள பட்டி என்னை வசை பாடுகிறாள். இது ஞாயமோ சொல். வெளியே சென்றால் என் வீட்டின் கதையைக் கேட்டு நாட்டிலுள்ள பெண்கள்ளெல்லாம் சிரிக்கிறார்கள். காது ரெண்டையும் பொத்திக் கொண்டு வீட்டிற்குள்ளேயே முடங்கி கிடக்கிறேன். மானம் மரியாதையெல்லாம் போன பிறகு நான் அவருக்கு ஆத்துக்காரியாகவா இருப்பேன்? அதனால் அவரை ஆத்துக்காரராக நான் ஏற்பதற்கில்லை என்று நீயே சொல்லி விடு" என்று திருப்பி அனுப்புகிறாள்.[7]

விறலி நடந்ததை அவதானியிடம் சொல்ல, அதற்கு அவர் உனக்கு சாமர்த்தியம் போதவில்லை என்று மறுபடியும் அவளைத் தூதனுப்புகிறார்! ஊடல் தீர்ந்ததா?..... விபரம் அறிய நூலின் ஏடு கிடைக்கவில்லை.

விறலிவிடு தூதுவில் குறிப்பிடப்படும் விறலி .கதாபாத்திரத்தின் வருகை; நூலில் சில பாடல்கள் மட்டுமே,

அதிலும் கதாநாயகியையும், கதாநாயகனையும் அறிவுரைகள் பல சொல்லி ஒன்று சேர்த்து வாழ வைப்பதுடன் அவளது பணி முடிந்து விடுகிறது.

நூலில் ஒரு சில காட்சிகளில் மட்டுமே கதாநாயகனின் மனைவிக்குத் தூது செல்லும் பாத்திரமாக வந்தாலும் அங்கும் விறலியரின் அழகு நூலாசிரியரால் வர்ணிக்கப்படுகிறது.

கண்சுருட்டி யோகர் கருத்தறிவெல் லாம் சுருட்டிப்
பண்சுருட்டி பாடும் உயிர்ப் பாவையே 8

'பாகரஞ்சி தத்தனியாழ் பட்டுறையில் இட்டமயர
மேகரஞ்சி பாடும் விறலியே' 9

'கள்ளக் கயிறு அகாண்டு கட்டி உருட்டி விழித்
துள்ளுமுனைச் சாட்டை கொண்டு சுண்டியே தெள்ளமிர்தத்

தீங்குதலைச் சொல்லால் திகிலேற்றித் தேட்வீடெயல்லாம்
வாங்கிவிட வல்ல மதங்கியே! 10

என்றெல்லாம் அவளது திறமைகள் போற்றப்படுகிறது. இப்படிப்பட்ட திறமையுள்ள விறலியிடம்தான் கதாநாயகன் தன் சோகக் கதையைக் கூறுகிறான்.

"... நீங்கி வெறுப்பு
ஆன மடவார்க்கும் ஆடவர்க்கும் நல்ல
சமாதான நிதான அவதானியே கானவித்தைப்
பாட்டையெல்லாம் கற்ற பனிமொழியே நான்பட்ட
பாட்டையெல்லாம் சற்றே பகரக்கே" 11

அவன் எதற்காக விறலியிடம் தன் சோகக் கதையைச் சால்ல வேண்டும்

....விறலி மடமானே! காதல்
மனையாட்குச் சொல்லி மனந் திருத்தி என்றும்
எனையா தரிக்கும் வகை எல்லாம் மனதாரச்

....

நான்பட்ட பாடும் நடத்தையும் நான் வந்ததுவும்
தேன்பட்ட சொல்லாட்குச் செப்பியே கான இசை
காட்டி மயல் காட்டி நெறி காட்டியுட னேவரவு

காட்டி வரவேற்றுக் கருணையாய்க் கூட்டி வந்து

புல்வாய் என அவள்பால் போய் உண்மையாய் வாழி!
சொல்வாய் விறலி நீ தூது 12

என்று தன் மனைவியிடம் தூது சென்று அவளைச் சமாதானம் செய்து, தன்னுடன் சேர்த்து வைக்கும்படிச் சொல்லுகிறான்.

இப்படி கட்டப் பஞ்சாயத்துக்காரியாய் காட்சி படுத்தப் படும் இந்த விறலிதான் நூலின் முடிவில் கதையை முடித்து வைத்து வணக்கம் சொல்லும் முக்கிய பாத்திரமாக இருக்கின்றாள். அதனால் நூலின் பெருமை முழுக்க இவளுக்கே சென்று அந்நூலின் தலைப்புக்குரியவளாகவும் சிறப்பிக்கப்படுகிறாள்.

விறலி தூது செல்லுதல் தான் நூலின் நிறைவுப் பகுதி என்றாலும் நூலின் ஆரம்பத்திலேயே விறலியை அறிமுகப்படுத்தி, அவளது பெருமைகளைப் பேசி, கதாநாயகன் தன் சொந்தக் கதையை அதாவது தான் தாசியிடம் கெட்டழிந்த கதையைக் கூறத் தொடங்குகிறான். அவன் ஏன் தன் கதையை விறலியிடம் கூற வேண்டும். இந்த அத்தியாயத்தை மறுபடியும் படித்துப் பாருங்கள் அதற்கான விடை கிடைத்து விடும்.

விறலி விடு தூதுக்களின் முதல் அத்தியாயம் விறலி புகழ் சொல்லுதல், அந்தப் பாணியை ஒட்டியே இந்நூலும் விறலியை முதலில் அறிமுகம் செய்கிறது.

●●●

4. தாசியர் இலக்கியம்

இப்படி நூலின் முதலும் முடிவுமாக விறலி இருந்தாலும், விறலிவிடு தூதுக்களைப் பொருத்தவரை கதாநாயகி விறலி கிடையாது. அந்நூலில் துணை பாத்திரமாக அறிமுகமாகும் தாசிதான் முக்கிய கதாநாயகி. அவளது தாயான கிழவிதான் வில்லி.

கதாநாயகன் என்போன் இந்நூலைப் பொருத்தவரை ஒரு பரிதாபகரமான பாத்திரம். கதையின் ஆரம்பத்தில் என்னதான் வீரதீர சூரனாக அறிமுகமானாலும் கதையோட்டத்தில் போகப்போக தலையாட்டி பொம்மையாக முடங்கிப் போகிறான்.

ஆரம்பக்காலத்தில் தனிப்பாடல்களாக, நீதிநெறி இலக்கியங்களிலும், பக்தி இலக்கியங்களிலும் அங்கொன்றும், இங்கொன்றுமாகக் காட்சியளித்த தாசிகள் பற்றிய தகவல்கள் கி.பி. 15 ஆம் நூற்றாண்டில் எழுந்த தூது இலக்கியங்களில் முழுவதுமாகவே ஆக்கிரமித்துக் கொண்டன. அப்படி ஆக்கிரமித்த தூது இலக்கியங்கள் விறலி விடு தூதுக்களாக வடிவம் பெற்றன.

பெயரளவில் இவை தூது இலக்கியங்களாக அறிமுகமானாலும், நூல் முழுக்க உலா வருபவர்கள் தாசியர்கள்தான். இவர்களின் சாகசங்கள்தான் நூல் முழுக்கப் பாடப்படுகிறது.

எல்லா விறலி விடு தூதுக்களின் உள்ளடக்கங்களையும் பட்டியலிட்டுப் பார்த்தால் எல்லாமே தாசியர்களைப் பற்றிய செய்திகளையே முன் நிறுத்திச் செல்கின்றன.

நூலின் ஆரம்பத்தில் பாட்டுடைத் தலைவனின் புகழ்ச்சியுடன் ஆரம்பித்தாலும், தாசிவீடு செல்லும் அந்தணனின் கதையாகவே நூல் தொடருகிறது.

அறிவில் சிறந்த அந்தணன் கோபித்து, மனைவியைத் துறந்து வீட்டை விட்டு வெளியேறுதல், புண்ணிய இடங்களுக்குச் செல்லுதல்,

தாசியின் மையலில் சிக்குதல்,

தாசி கோயிலில் ஆடும் நாட்டியத்தின் அதிசயம்.

தாசியின் பிறப்பு, அவளைப் பெற்றெடுக்க அவள் தாய் பட்ட சிரமங்கள், அவளை அவளது தாய் சகலகலா வல்லவளாக வளர்த்தது. தாசி தன் மகளுக்கு வேசைத் தொழிலில் ஈடுபடுவதற்கான அறிவுரைகளை வழங்கியது.

கோயில் நாட்டியத்தைக் காண வந்த அந்தணன் அவளழகைக் கண்டு அவள் வீட்டுக்குச் செல்லுதல். இருவரும் கலவி செய்தல்.

தாசி சொன்னதையெல்லாம் கேட்பதற்காக அவனுக்கு மருந்திடுதல்.

பலவித காரணங்களைச் சொல்லி அவனிடமிருந்து பொருள் பறித்தல்.

திருவிழாவுக்கு அழைத்துச் சென்று, பொருள் வாங்கி, பணம் பிடுங்குவது. எல்லாப் பொருள்களையும் பிடுங்கியபின் அவனை விரட்ட வழி காணுதல்.

தாய்க்கிழவிக்கும் மருமகனுக்கும் சண்டை மூளுதல், நீதிமன்றத்தில் வழக்கு தொடுத்தல், சபையோர் அறிவுரை கூறி, தீர்ப்புச் சொல்லுதல்.

பாட்டுடைத் தலைவனைக் கண்டு பொருள் பெற்று மனையாளுடன் சேர்ந்து வாழ விறலியைத் தூது விடுதல் என்ற அங்கங்களாக வரையறை செய்யப்படுகின்றன. ஆரம்பமும்

முடிவும் மட்டும் கதைக் களமாக ஆரம்பித்து இடைப்பட்ட பகுதிகள் எல்லாமே தாசியின் சாகசங்களாலேயே நிரப்பப் படுகின்றன.

விறலி தூது செல்வதுதான் நூலின் நிறைவுப் பகுதி. அதனால் இது தூது இலக்கியம்.

விறலி விடு தூது நூல்கள் தூது இலக்கியமாக அறிமுகமானாலும், அதில் தூது செல்லும் பாத்திரமாக விறலி இருந்தாலும், நூல் முழுக்க தாசியரின் ஆதிக்கம்தான் காணப்படுகிறது. அதனால் இதனை தாசியர் இலக்கியமாக தனியே வகைப்படுத்துதலே பொருத்தமாயிருக்கும்.

●●●

5. புகழ் பெற்ற தாசிகள்

விறலி விடு தூதுக்களில் அறிமுகப்படுத்தப்பட்ட புகழ்பெற்ற தாசிகளான அதிரூபரத்தினம், மதனாபிஷேகம், மோகனமுத்து, மாணிக்கத்தாள், சித்திரவல்லி, காமரசக்குளிகை கண்ணாடி, மோகனசுந்தரி போன்ற தாசிகளின் சாகசங்கள் கதைகளாக இங்கு விளக்கப்படுகின்றன. இவர்களால் கெட்டழிந்த சகலகலா வல்லவர்களின் மனைவிகளுக்குத்தான் விறலிகள் தூது சென்றதாக விறலி விடு தூதுக்கள் தெரிவிக்கின்றன.

அ. அதிரூப ரத்தினத்தின் கதை

திருச்செந்தூரில் நல்ல செல்வாக்குள்ள குடும்பத்தில் பிறந்த நடலிங்கப்பட்டன் என்ற அந்தணன் திருமகள் என்ற அழகான பெண்ணொருத்தியைத் திருமணம் செய்து கொண்டு, வீட்டோடு மாப்பிள்ளையாக மாமனார் வீட்டிலேயே தங்கி விடுகிறான்.

வேலைவெட்டிக்குப் போகாமல் மாமனார் வீட்டிலேயே தங்கி இருக்கும் நடலிங்கப்பட்டனை ஒருநாள் அவனது மாமனார் இழிவாகப் பேசி விடுகிறார். அதனால் தன்மானத்துடன் மனைவியையும் குழந்தையையும் அங்கேயே விட்டு விட்டு, வீட்டை விட்டு வெளியேறுகிறான்.

வீட்டை விட்டு வெளியேறிய அவன் தீர்த்தயாத்திரையாகப் பல தலங்களுக்கும் செல்கிறான். கிருஷ்ணாபுரம், திருநெல்வேலி,

திருப்புடைமருதூர், பிரம்மதேசம், பாபநாசம், புன்னைவனம் முதலிய ஆகிய இடங்களுக்குச் சென்றவன், புன்னைவன நாதர் சித்திரைத் திருவிழாவில் நான்காம் நாள் கோயில் வாசலருகே இருந்த மண்டபத்தில் ஒரு பெண்ணைக் காண்கிறான்.

அவள் இராசசிங்கமங்கலம் கோயிலின் பரிகலத்தைச் சேர்ந்தவள். அவளுடைய பெயர் அதிரூப ரத்தினம். அவளைக் கண்டதுமே அவள் மீது ஏதோ ஓர் ஈர்ப்பு ஏற்பட அவள் வீட்டுக்குச் செல்கிறான். அவனுக்கு அங்கே பலமான உபசாரம் நடக்கிறது. அவளுடன் அன்றுதான் முதன்முதலாக இன்பம் துய்க்கிறான்.

அவளுக்கு ஓரிரவுக்கு அவன் கொடுத்ததோ 80 பொன். ஆனால் அவன் பெற்றதோ அளவில்லாத இன்பம். கொக்கோக நூல்களில் கூறியுள்ளபடியெல்லாம் விறுவிறுப்பாக அவளுடன் இன்பம் தூய்க்கிறான். திரும்பிப்போக மனமில்லாமல் அவளுடனேயே தங்குகிறான். இப்படி அவள் மையலில் அவன் மயங்கியிருக்கும் வேளையில், மானூரைச் சார்ந்த கோதண்டன் என்பவனின் நட்பு அவனுக்குக் கிடைக்கிறது. அந்த நண்பனும் அதிரூப ரத்தினத்தின் மையலில் நடலிங்கன் சிக்கியிருக்கும் நிலையை அறிகிறான்.

அவனும் ஒருகாலத்தில் இம்மாதிரி வேசையின் மையலில் சிக்கி மீண்டவன்தான். அதுவும் இந்த அதிரூப ரத்தினத்தின் தமக்கையான மோகவல்லி என்பவள் வசம் சிக்கி, இருந்த எல்லா பொருள்களையும் இழந்து, அவமானப்பட்டு, நடுத்தெருவில் நின்று, இப்பொழுதுதான் மனம் திருந்தி தன்னுடைய வாழ்க்கையை வாழ ஆரம்பித்திருக்கிறான். அதனால் தன் நண்பனின் வாழ்க்கை வீணாகக்கூடாது என்ற எண்ணத்தில் அதிரூப ரத்தினத்தின் பிறப்பு வளர்ப்பும், அவளது தமக்கையான மோகவல்லியிடமும் அவள் தாயிடமும் தான் பட்ட அவமானங்களையும் கூறி, இந்த நிலையிலேயே அவளது தொடர்பைத் துண்டித்துக் கொள்ளும்படி நடலிங்கப் பட்டனுக்கு அறிவுரை கூறுகிறான்.

ஆனால் கோதண்டன் சொல்லிய எச்சரிக்கைகள் எதுவும் நடலிங்கனின் செவியில் ஏறவில்லை. தன் மீதுள்ள பொறாமையால் அப்படிக் கூறுவதாக நினைத்தான். ஆனால்

அதிரூப ரத்தினமோ எதைப்பற்றியும் கவலைப்படாமல் நடலிங்கனின் பொருள்களைக் கவருவதிலேயே குறியாக இருந்தாள்.

அதற்காக அவன் தன் மீது மையலாக இருப்பதற்கு மருந்து கூட்டி மயக்குகிறாள். திருவில்லிபுத்தூர் திருவிழாவுக்கு அழைத்துச் சென்று பல விலையுயர்ந்த பொருள்களை வாங்கிக் கொண்டு இவனைப் பொருள் கட்டும்படி செய்கிறாள். எவ்வளவுதான் செலவு செய்வது? அவனிடம் பொருளும் தீர்ந்தது.

பொருள் தீர்ந்ததை அறிந்ததும் அவனை விரட்ட வழி காண்கிறாள் அதிரூபரத்தினம். அதனால் அவனுடன் சேர மறுக்கிறாள். அவளின் இந்த மாற்றம் அவனுள் கோபத்தை ஏறபடுத்துகிறது. அவளை உதைக்கிறான். அவள் தமக்கையை அறைகிறான். அவர்களும் இதைத்தானே எதிர்பார்த்தார்கள். ஊரைக் கூட்டினார்கள்.

அதிதியாக வந்த அவன் தங்களிடமிருந்த பொருட்களை எல்லாம் பிடுங்கிக் கொண்டு தங்களையும் அடிப்பதாகப் புகார் கூறினார்கள். புகாரைக் கேட்டவர்கள் மனம் உருகும்படியாக மன்னவர்களே என்றும், நாயன்மார்களே என்றும் மனம் குளிர அழைத்து, கண்ணீர் வழியத் தங்கள் குறைகளைத் தெரிவித்தனர்.

வழக்கைக் கேட்டவர்களுக்கு அந்த தாசிகளைப் பற்றித் தெரியாதா என்ன? ஆனாலும் சபை நாகரிகம் என்று ஒன்று இருக்கிறதே! அவன் அந்த வேசையர்களை அடித்தது தவறு என்று கூறியதுடன் அவன் அவர்களை விட்டுச் சென்று விடவேண்டும் என்றும் தீர்ப்புக் கூறினர். அப்போது தான் அவனது நண்பனான கோதண்டம் கூறிய புத்திமதிகள் நினைவுக்கு வந்தன. இனி வருந்தி என்ன பயன்? கோதண்டத்தைத் தேடிச் சென்ற நடலிங்கம் அவன் உதவியால் கிருஷ்ணாபுரத்து தெய்வச்சிலையாரைக் காண்கின்றான். அவர் கொடுத்த பெரும் பொருளால் இழந்த தன் நிலையை மீட்டுக் கொள்கிறான்.

அந்த நிலையில் எதிரே விறலி ஒருத்தி வருகிறாள் அவளிடம் தான் தன்னுடைய மனைவியைப் பிரிந்து வந்த

நிலையில் பட்ட துன்பங்கள் அத்தனையையும் சொல்லி தன்னை அவளுடன் சேர்த்து வைக்கும்படி கேட்டுக் கொள்ள, விறலி அவனது மனைவிடம் தூது சென்று பிரிந்த தம்பதிகளைச் சேர்த்து வைக்கிறாள்.

ஆ. மதனாபிஷேகத்தின் கதை

முன்னம் ஒரு காலத்திலே திருவரங்கம் நகரிலே பிறந்த அஷ்டவதானி என்பவனுக்கும், திருப்பதி நகரிலே பிறந்த பூங்காவனம் என்பவளுக்கும் திருமணம் நடந்து, அத்தம்பதியர் திருவரங்கம் நகரிலே இன்பமான வாழ்க்கை வாழ்ந்து வரும் காலத்தில், ஒருநாள் பணிநிமித்தமாக பக்கத்து ஊரான திருச்சிராப்பள்ளிக்குச் சென்றான் அஷ்டவதானி.

அங்கே தாயுமானவர் சுவாமியைத் தரிசிக்கச் செல்கையில் இன்பரசவல்லி என்னும் தாசியின் வலையிலே வீழ்ந்தான். சரி நடந்தது நடந்து விட்டது என்று சுதாரித்துக் கொண்டு வீடு திரும்புகையில் உடன் வந்த சிறுவன் பூங்காவனத்திடம் நடந்ததை எல்லாம் உளறிக் கொட்டிவிட்டான்.

செய்தி அறிந்தாள் பூங்காவனம், விளைந்தது பூசல். அன்று மட்டுமல்ல அடுத்த நாளும் அதற்கடுத்த நாளும் அது தொடர்ந்தது. அவளது ஏச்சையும், பேச்சையும் பொறுக்கமாட்டாத அஷ்டவதானி புறப்பட்டு விட்டான் தலயாத்திரைக்கு.

அப்படி, இப்படி என்று கோயில் கோயிலாய்ச் சுற்றிவருகையில் சோலைமலைக்கு வந்து சேர்கின்றான். அங்கு ஞானியையன் என்பவருடன் அவனுக்கு நட்பு ஏற்படுகிறது. அடுத்து செல்லும் மதுரைக்கு அவரையும் துணையாக வரும்படி அழைக்கிறான். ஞானியையன் திடுக்கிடுகிறார்.

மதுரைக்கா! வேண்டாமப்பா நான் வரவில்லை என்று அலறினார் ஞானியையன்.

ஏன் ?

அங்கே மதனாபிஷேகம் என்ற பேரழகியான தாசி ஒருவள் இருக்கிறாள். அவளை ஒரு முறை பார்த்து விட்டால் அவ்வளவுதான். அவளால் குடி கெட்டவர்கள் அனேகம்பேர்.

நீயும்போய் அவள் வலையில் மாட்டிக் கொள்ளாதே! என்றான் ஞானியையன்.

அவள் என்ன அவ்வளவு பெரிய பேரழகியா? அந்த மேனகைக்கு இந்த விசுவாமித்திரன் மயங்க மாட்டான், என் மனத்துணிவு யாருக்கு வரும்? தைரியமாக என்னுடன் வாருங்கள் என்று வீராப்புப் பேசினான் அஷ்டவதானி. அரைமனதுடன் ஞானியையனும் அவனுடன் கிளம்புகின்றார்.

மதுரையை அடைந்த இருவரும் மீனாட்சியை வணங்கினர். பின்பு சொக்கேசரையும் வணங்கினர். கால்மாறி ஆடிய கற்பகத்தைக் காண ஆயிரங்கால் மண்டபத்தினுள் நுழைந்த னர்............................அங்கே... தேவதாசி மதனாபிஷேகத்தின் நாட்டியம் நடந்து கொண்டிருந்தது.

மதனாபிஷேகத்தைக் கண்ட அஷ்டாவதானி திகைத்து நின்றான்......... ஞானியையன் சொன்னது நிஜம்தான், அவள் மதனாபிஷேகம் இல்லை, விண்ணுலகை விட்டு எனக்காகவே ஓடிவந்த மேனகையைப் போலவே இருக்கிறாளே, விசுவாமித்திரனாக நிமிர்ந்து நின்ற அஷ்டவதானி மயங்கி நின்றான்.

அவளுடைய கொண்டை சொருக்கு அழகும், முத்துத் துராய் அழகும், செவ்வாய் முருக்கு அழகும், சேலை முகப்பின் கருக்கு அழகும், வேல் அழகு போன்ற விழி அழகும், தண்டையிட்ட கால் அழகும், பொற்கடகக் கை அழகும், ஓலையிட்ட காது அழகும், வச்ர மணிக்கச்சு இறுக்கும் மார்பு அழகும், சோதி முகத்து அழகும், துங்க ரத்ன மாது ரதி கட்டு அழகும், பொட்டு அழகும், கச்சைக் கட்டிவந்த கட்டு மட்டு அழகும் கண்டு மயங்கியே போனான்.

ஆட்டம் முடிந்தது. புறப்பட்டாள் வீட்டுக்கு மதனா பிஷேகம். பின் தொடர்ந்தான் அவதானி, ஞானியையனை ஏமாற்றிவிட்டு.

மதனாபிஷேகம் வீட்டின் உள்ளே நுழைந்து விட்டாள். அவளின் வீட்டு வாசலிலே நின்றான் அவதானி.

எட்டிப் பார்த்த தோழி, 'என்ன வேண்டும்' என்றாள்.?

இன்று சொக்கலிங்கர் முன் நின்று ஆடி வந்த பெண்ணரசி யாரென்று தெரியவேண்டும்?

"ஓகோ ! அது தெரிய வேண்டுமா? மாணிக்கமாலை பெற்ற ஆணிமுத்து அவள். பெண்ணுக்கு பெண்ணே பேராசைக் கொள்ளும் பேரழகி, அவள் பெயர் மதனாபிஷேகம்" என்றாள் சொக்கி என்னும் அவளின் தோழி.

"சரி, அதெல்லாம் இருக்கட்டும், நான் அவளைப் பார்க்க வரலாமா" ?

'தாராளமாக வரலாம், ஆனால் அனுமதிக்கு வெள்ளையப்பன்தான் வேண்டும்.'

அதற்கென்ன, இந்தா பிடி! என்று வெள்ளைப்புது வெட்டு மின்னலாய், அப்படியே அள்ளிக் கொடுத்து அனுப்பினான்.

பிறகென்ன அங்கு அவனுக்கு ராஜ உபசாரம்தான்.

கண்ணாடி போன்று ஒளிவிடும் மதனாபிஷேகத்தின் கையைப் பிடித்து, அவளை முன்னால் உட்கார வைத்து, அவள் கையில் தன் முகம் பார்த்த அழகை,

மின்இருக்கும் நுண்இடையாள் மென்கமலக் கைபிடித்து
முன் இருத்திக் கொண்டு முகம் பார்த்தேன்

என்று வெட்கத்துடன் இலக்கிய நயம் சொட்டத் தெரிவிக்கிறான் அவதானி.

இந்த ரசனை எல்லாம் கொஞ்சகாலம்தான். மதனா பிஷேகத்தின் அன்பு, அபிஷேகம் எல்லாம் சிலகாலந்தான் இருந்தது. அவனுடைய பொருள் முழுவதும் பல வகையாக அவள் கைக்கு மாறும் வரை பொறுத்திருந்தாள் மதனாபிஷேகம்.

பொருள் ஊற்று நின்று, எல்லாம் தீர்ந்தது. வெறுங்கையினன் ஆயினான் அவதானி. துரத்த வழிதேடினர் தாயும், மகளும். வந்தது சண்டை, வழக்கும் சபை ஏறியது. அம்பலத்தார் ஒருவகையாக வழக்கை ஒழித்து, அவதானியை விடுதலை செய்துவிட்டனர்.

மதனாபிஷேகத்தின் கதாபாத்திரம் இத்துடன் முடிகிறது.

இ. மோகனமுத்துவின் கதை

மோகனமுத்து திருமருதூரில் இருந்த புகழ்பெற்ற தாசி. சேதுபதி விறலிவிடு தூதுவின் கதாநாயகி.

தென்பாண்டி நாட்டில் திருவாடானை எனும் ஊரில் ஆதிரத்தினம் ஐயர் என்பவரின் மகன் சுந்தரம் ஐயன் நல்ல கல்வியறிவு உடையவனாய், ஒரே சமயத்தில் பதினாறு கலைகளையும் செய்யும் சோடச அவதானியாய்த் திகழ்ந்தான்.

இவன் திருப்புல்லாணி எனும் ஊரிலே வசித்த மங்கலய்யர் மகள் துணைமாலை என்பவளை மணந்து, இனிதே இல்லறத்தை நடத்தி வருங்காலத்திலே, ஒருநாள் உத்தரகோசமங்கை எனும் ஊரிலே தேர்திருவிழா மிக அதிசயமாய் நடக்கும் என்று ஊரார் சொல்லக் கேட்டு, அந்த அதிசயத்தை நாமும்தான் பார்த்து வருவோமே என்று கிளம்பினான்.

துணைமாலையை திருவிழா காண உடன் கூப்பிட்டான். ஆனால் அப்போது அவளால் வரமுடியாத நிலை, அப்போது பார்த்து பக்கத்துவீட்டு வாண்டு பையன், 'மாமா நானும் கூட வருகிறேன்' என்று உடன் கிளம்பினான்.

தனியாத்தானே போறேள், கூட ஒத்தாசைக்கு இருப்பான் அவனையும் கூட்டிண்டு போங்களேன் என்று அவன் அம்மாவும் சிபாரிசு செய்ய அந்தச் சிறுவனையும் அழைத்துக் கொண்டு திருவிழா காணச் சென்றான்.

உத்தரகோசமங்கையில் தேர்த்திருவிழா காண சென்றவன் அங்கே தேருக்குப் பக்கத்திலே மற்றொரு அலங்காரத் தேராய், மாணிக்கத்தாள் என்றொரு தாசி, தேரோடு தேராய் பவனி வந்து கொண்டிருந்தாள். அவளைக் கண்டதும் பின் தொடர்ந்தான் சுந்தரம். கூடவே அந்த வாண்டு பையனும் அவனுடன் வந்தான்.

மாணிக்கத்தாள் வீட்டுக்குள் நுழைந்தாள், சுந்தரமய்யன் பின்தொடர்ந்து வந்தான். உடன் வந்த பையனை அவளின் வீட்டுத் திண்ணையிலே உட்காரவைத்துவிட்டு அவளுடன் வீட்டுக்குள்ளே சென்றவன் அவளுடன் கலந்தான். காணிக்கை

செலுத்துவதற்காகக் கொண்டு வந்த கட்டித் தங்கத்தை அவளுக்குக் காணிக்கையாக்கினான்.

காலையில்தான் வெளியே வந்தான். வெளியே உட்கார்ந்திருந்த பையனைக் கண்டதும் நெஞ்சு பகீரென்றது. இவன் இதை வீட்டில் சொல்லிவிட்டால் என்ன ஆவது?

'தம்பி இதை யாருக்கும் சொல்லாதே' என்று சொல்லி, அவனுக்கு வேண்டிய தின்பண்டங்களை வாங்கிக் கொடுத்து அவன் வாயை அடைத்தான்.

வையை ஆற்றில் சந்தியாவந்தனம் செய்த பின்னர் வீடு திரும்பினான்.

வந்தவனை வரவேற்றாள் துணைமாலை, பக்கத்து வீட்டுப் பையனோ எதையோ சொல்ல வேண்டும் என்ற ஆவலில் துறுதுறுவென்றிருந்தான்.

பையனை அழைத்த துணைமாலை, என்னடா திருவிழா பார்த்தாயா! ஏதேனும் விசேடமுண்டா? என்று கேட்டாள்.

நம்ம அய்யர் தான் அங்கு விசேடம், வேறு என்ன விசேடம் இருக்க போகிறது.

என்னடா சொல்கிறாய்?

"தேரை பார்க்க கூட்டிப்போகிறேன் என்று அவர் பாட்டுக்கு அந்த தாசியின் வீட்டுக்குள் போய்விட்டார். காலையில்தான் வெளியே வந்தார். நானோ அவள் வீட்டுத் திண்ணையில் இரவு முழுவதும் தெய்வமே என்று தூக்கம் இல்லாமல் விழித்துக் கொண்டிருந்தேன். காலையில் வெளியே வந்த ஐயர் இந்த ரகசியத்தை யாரிடமும் சொல்லாதே என்று அந்தரங்கம் சொன்னார். எனக்குத்தான் மனசு கேட்கவில்லை உன்னை எச்சரிப்பதற்காகச் சொல்லி விட்டேன்"

இது போதாதா துணைமாலைக்கு, முகத்தை தூக்கி வைத்துக் கொண்டு அன்று முழுவதும் மோடி செய்து கொண்டிருந்தாள். முகத்தில் கடுகடுப்பைக் காட்டி, காய்கறி இல்லாத சாப்பாட்டைப் போட்டாள்.

இரவு வந்தது. சமாதானத்துக்கு வந்து விடுவாள் என்று பார்த்தால் அதுவும் இல்லை, " சீ! என்னைத் தொடாதே! உன்

நாயகியாக அங்கு அந்த வேசை காத்துக் கொண்டிருப்பாள் அவளிடம் போ! ”என்றாள் கோபத்துடன்

“நான் வீட்டை விட்டுப் போய் விடுவேன்!”

“தாராளமாக, யாரும் இங்கே உனக்காக ஏங்கிக் கொண்டிருக்கவில்லை”

வெறுத்துப் போனான் சுந்தரமையன். அவன் சேகரித்து வைத்திருந்த பொன் ஆபரணங்களையும், பொற்காசுகளையும் மூட்டைக்கட்டிக் கொண்டு, வீட்டை விட்டு தல யாத்திரைக்குப் புறப்பட்டு விட்டான்.

இளையான்குடி, திருகோட்டியூர், திருபுவனம், மதுரை, அழகர்மலை, திருவரங்கம், திருவண்ணாமலை, சிதம்பரம், காவிரிப்பூம்பட்டினம், சீர்காழி, காரைக்கால், காசி என்று தலயாத்திரை சென்றவன் அங்கு கங்கையில் தீர்த்தமாடி, கடல் மார்க்கமாக ராமேசுவரத்துக்கு வந்தான்.

இப்படியாக ராமேசுவரத்திலிருந்து முதுகுளத்தூர் வந்து சேர்ந்த சுந்தரம், அங்கு வேதமையன் என்பவனின் நட்பைப் பெறுகிறான். அடுத்து திருமருதூர் செல்ல வேண்டும். துணைக்கு வேதமையனையும் உடன் வருமாறு அழைக்கின்றான்.

“திருமருதூருக்கா! ஏனைய்யா நான் நல்லா இருக்கறது உமக்குப் பிடிக்கலையா? என்னைப் போய் அங்கெல்லாம் கூப்பிட்டுக் கொண்டு....”

“ஏன் அங்கென்ன விசேடம்?”

“விசேடமா! நீ, கோவலன் கண்ணகி நாடகம் பார்த்த தில்லையா! பூம்புகாரில் வாழ்ந்த கோவலன் கண்ணகியின் பேச்சைக் கேட்காமல் தாசி ஒருவளின் வீட்டிற்குச் சென்றதால் பொன், பொருளையெல்லாம் தோற்று, வறுமையடைந்து, கொலைசெய்யப்பட்டு வீழ்ந்தது தெரியாதா? நீ, மருதூருக்குச் சென்றால் உமக்கும் அந்த கதிதான் ஏற்படும். வேறு எங்கு வேண்டுமானாலும் கூப்பிடு வருகிறேன். அங்கு மட்டும் கூப்பிடாதே!” என்றான் வேதமையன்.

“என்னப்பா, அங்கு அப்படி என்னதான் அதிசயம் இருக்கிறது?”

"அதிசயம்தான் இருக்கிறது. நீ கேள்விப்பட்டதில்லையா? அந்த ஊர்க்கோவில் தாசிகளில் செங்கமலவல்லி என்றொரு பொல்லாக் குடிகேடி இருக்கிறாள். அவள் தவமாய் தவமிருந்து பெற்ற மகள்தான் மேகனமுத்து, அழகென்றால் அப்படிப்பட்ட அழகு. நாளெல்லாம் பார்த்துக் கொண்டே இருக்கலாம்.

இளைஞர்கள் எல்லோரையும், ஏன் முதியவர்களைக்கூட காமக்குளிரிலே ஆட்டவல்லவள். நடுகடலில் பாய்மரக்கப்பலை காகங்கள் சுற்றுவதுபோல, ஆடவர் பலரும் அவள் பார்க்க வேண்டும் என்பதற்காகவே அவள் பின்னால் சுற்றுவர்.

அவள் வீட்டு வாசற்படியை கோவிலின் வாசற்படியாக நினைத்துத் தொட்டுக் கும்பிடுவர். அவள் குளித்த மஞ் சள் நீரை புனித தீர்தமாகக் கருதி, அந்த நீரை அள்ளிக் கண்களிரண்டிலும் ஒற்றிக் கொண்டு தலையிலும் தெளித்துக் கொள்வர்.

மோகனமுத்துவின் அபிமானத்தைப் பெறுவதற்காகவே ஆடவர்கள் ஒருவரோடு ஒருவர் போட்டியிட்டு வலிமை காட்டுவர். அவள் வீட்டுக்குச் சென்றால், அவளின் காலைப் பிடித்து விட சிலரும், கையைப்பிடித்து விட சிலரும், கால் விரல்களில் சொடுக்கு எடுத்து விடுவோர் சிலரையும், கைவிரல்களில் சொடுக்கு எடுத்து விடுவோர் சிலரையும் காணலாம். அவர்களிடம் இதெல்லாம் அசிங்கமாய்ப் படவில்லையா என்றால்,

'சங்கையினால் மஞ்சள் அரைத்துக் கொடுப்பேன், வண்ணமலர்க் கால் பிடிப்பேன், அவளின் இன்சொல்படி நடப்பேன், அது என்னிஷ்டம்' என்று கோபப்படுவர். எல்லாம் அவள் அழகில் மயங்கியதால் வந்த ஆபத்து.

மோகனமுத்துவின் அழகுக்கு மயங்கிய ஆடவர்கள் தம்மிடமிருந்த பொருட்களையெல்லாம் அவளிடம் பறிகொடுத்து விட்டதால் வேறு வழியில்லாமல் அவளிடம் இப்படியெல்லாம் அடிமை வேலை செய்தபடி இருப்பர். அவர்களையெல்லாம் அவளின் தாயார் செங்கமலவல்லி வேலைவாங்கிக் கொண்டிருக்கும் காட்சியையும் நீ அங்கு

காணலாம்.. மருதூர் சென்றால் உமக்கும் அந்தக்கதிதான் ஏற்படும்" என்று எச்சரித்தான் வேதமையன்.

சுந்தரத்துக்கு சிரிப்புதான் வந்தது, அவள் கிடைக்காத ஏமாற்றத்தில் யார் யாரோ கிளப்பிவிட்டக் கட்டுக்கதைதான் இது.

கட்டுக்கதையா? இதெல்லாம் கண்ணெதிரே கண்ட உண்மையப்பா!

ஒரு காலத்தில் மிகவும் பேர்பெற்ற குடும்பத்தைச் சேர்ந்த ராமய்யன் என்பவன் மோகனமுத்துவின் மேல் கொண்ட மோகத்தால் பொருளெல்லாம் இழந்து ஊமையன் ஆகி, பைத்தியமாய் பிறந்த கோலத்தில் இன்று மதுரை வீதியில் அலைந்து கொண்டிருக்கிற கதை உனக்குத் தெரியாதா?

அவளிடம் கொண்ட மோகத்தால் அப்புவையன் என்பவன் ஒன்றுமில்லாத வெப்புவையன் ஆன கதையும் தெரியாதா? அதே போல கப்பலூர்ச் சங்கரையன் அவளிடம் பொருளெல்லாம் இழந்து, பெண்டாட்டியின் தாலியை விற்று சாப்பிடும் அளவு பங்கரையன் ஆன கதையும் தெரியாதா? அவளிடம் சென்று வந்த பாஸ்கரஅய்யர் கிரந்திப்புண்ணால் அவதிப்பட்டு மூர்க்கரையர் ஆன கதையும் தெரியாதா? அவ்வளவு ஏன், அவளிடம் சென்று வந்தவர்கள் பொருளெல்லாம் இழந்து இங்கொருவரும், அங்கொருவருமாக பைத்தியமாய் அலைந்து கொண்டிருப்பதையும் நீ பார்த்ததில்லையா?

ஞானியையன் புத்திமதியைக் கேளாமல் அஷ்டவதானி என்பவன் மதுரைக்குப் போய் அவ்வூர் கோயில் தாசியாகிய மதனாபிஷேகத்தின் மையலில் அகப்பட்டு சீரழிந்த கதைதான் உனக்கும் தெரியுமே (கூளப்ப நாயக்கன் விறலிவிடு தூது) இவ்வளவு தூரம் சொல்லிவிட்டேன். அப்படியும் மீறி செல்வதானால் அது உன்பாடு" என்று சொல்லிமுடித்தான் வேதமையன்.

"ஐயரே! புலி பசித்தாலும் புல்லைத் தின்னுமா? ஒரு தடவைப் பட்டும் அவர்களிடம் சகவாசம் கொள்வேனா, நல்லதே நடக்கும், கவலைப்படாமல் வாருங்கள் போகலாம்" என்றான் சுந்தரம்.

இனி எந்த விதமாகச் சொன்னாலும் அவன் கேட்கமாட்டான் என்பது வேதமையனுக்குப் புரிந்து விட்டது. சரி... விதி யாரை விட்டது என்று மருதூரை நோக்கி நடந்தான். சுந்தரமும் அவனைப் பின் தொடர்ந்தான்.

மருதூர் இறைவன் நாகநாதரை வணங்கி, பிரகார தெய்வங்களைச் சுற்றிக் கொண்டு அழகியநாயகி அம்மனைத் தரிசித்து நிமிர்ந்தபோது, அங்கே இருந்த பெரிய பொன்னம்பல அரங்கிலே அழகிய பெண் ஒருத்தி நடனமாடிக் கொண்டிருப்பதைக் கண்டான் சுந்தரம்.

இவ்வளவு பேரழகோடு கோவிலில் நடனமாடுகிறாள் என்றால் வேதயைன் சொன்ன மோகனமுத்து இவளாகத்தான் இருக்க வேண்டும் என்று நினைத்தவனாய் நின்று அவளைக் கவனிக்கலானான்.

வில்லழகும் பாய்ந்தவிழி வேலழகும் காலழகும்
சொல்லழகும் மாலையிட்ட தோளழகும் பல்லழகும்
கையழகும் மார்பழகும் காதழகும் மூக்கழகும்
மேனியழகும் கண்டவுடன் மெய்மறந்தான்

தீயிலேபட்ட மெழுகுபோல உருகினான். வலைத்தட்டிலே மாட்டிக் கொண்ட காடைப் பறவைப்போல துடிதுடித்தான். மையலுக்கு உள்ளான யானை மதம் பிடித்து, உடலை முறுக்குவதுபோல பதை பதைத்தான்.

அவள் சங்கீதத்தைப் பாடினாள். குரலில் தேனைக் கொட்டுகிறாளே! இவளைக் காணாமல் இத்தனை நாளை வீணாக்கி விட்டோமே என்று ஓடிப்போய் அவள் பாதத்தைப் பிடிக்கப் பார்த்தான். சேல் வைத்த கண்ணைச் சிமிட்டினாள். அது அவனை நோக்கிக் கண்ணடித்ததாகப் பட்டது.

மத்தளத்துக்கு ஏற்ப அடியெடுத்து வைத்தாள். தத்தளித்தான்.

தாளத்துக்குப் பொருந்த நடனம் ஆடினாள். தட்டழிந்தான்.

கைத்தாளத்துக்கு ஏற்ப அபிநயம் பிடித்தாள். ஆடிப் போனான்.

மன்மதனானவன் அவள் போட்ட அந்தத் தாளத்தைத் திருப்பி அவன்மீது போடுவதுபோல ஆகிவிட்டான்.

முத்து முத்தாய் அற்புதமாக ஆடினாள். மோகக்கிறுக் கடைந்தான் சுந்தரமையன். நடனம் முடிந்தது. தோழியர் சூழ ஒரு சித்திரம் நிழலாய் கரைவதுபோல வீட்டுக்குப் புறப்பட்டாள் மோகனமுத்து.

உடன் வந்த வேதியனை உள்ளே கல்தூண் மறைவிலே விட்டுவிட்டு, மெல்ல மோகனமுத்துவைப் பின்தொடர்ந்தான் சுந்தரமையன்.

ஐயர்சொன்ன புத்தியெல்லாம் ஆலைவாய்த்தின் கரும்பாய்க்
கைதவறிக் கொட்டும் கமழ் பாலாய் ஐயையோ!
கீரையாய், மாவடுவாய்க், கெட்ட புளிச்சாறாய்க்
கார்கடலிலே கவிழ்ந்த கப்பலாய் ஏருழுத
சேற்றில் நட்ட கம்பமாய், சிந்திய தண்ணீரெழுத்தாய்
ஆற்றில் கரைத்த புளி ஆனதுவே

மோகனமுத்து வீட்டினுள் நுழைந்து விட்டாள்.

உள்ளேயிருந்து தோழி ஒருத்தி எட்டிப் பார்த்தாள். வாசலில் சுந்தரம் ஐயர் கம்பம்போல் காத்துக் கிடந்தார்.

“ஐயரே! நீங்கள் எந்த ஊர்? எதற்காக இங்கு வந்தீர்?” விசாரித்தாள் தோழி.

“திருவாடானை என் ஊர். ஆதிரத்தினம் ஐயர் மகன் நான். சுந்தரையன் என்பது என் பெயர். தல யாத்திரையாய் இந்தப் பக்கம் வந்தபோது கோயிலில் சந்நதிமுன் தங்கக் கொடிபோல் சுற்றி வளைந்தாடி வந்த மின்னல் கொடி யார் என்று அறிய ஆச்சரியப்பட்டேன்”.

இதில் என்ன ஆச்சரியமிருக்கிறது? தெள்ளமுதை, பாற்குழம்பை, செண்பகவல்லிக் கொழுந்தை, பிள்ளைக்குறை தீர்க்க வந்த பெண்ணரசை, தேன்சிந்தும் சோலைக்குயிலை, சொர்ணப்பசுங்கிளியை, கோமளத்தை, இன்பக் கருப்பஞ் சாற்றை, செழுங்கனியை, தேனை, அதிமோகரஞ்சிதத்தை, கற்பகத்தை, சர்க்கரையை, கற்கண்டை, செங்கமலவல்லி பெற்ற செல்வத்தை, மோகனமுத்து எனும் எங்கள் பெண்ணரசை உலகம் முழுதும் எல்லோருக்கும் தெரிந்திருக்க உமக்கு

மட்டுந்தான் தெரியவில்லையோ?”

“சரி, சரி ரொம்பவும்தான் சோதிக்காதே, அவளுக்கு ஓரிரவுக்கு எத்தனைப் பொன் வேண்டும் அதைச் சொல்.!”

“ரொம்பவும்தான் அவசரமோ? ஒன்றும் அதிகமில்லை, மோனமுத்துக்கு ஆயிரம் பொன், அவளுடைய அம்மாவுக்கு அதில் பாதி, எங்களுக்கு கால் வாசி ஆக மொத்தம் ஆயிரத்தெழுநூற்றைம்பது பொன்..”

இன்னும் கொஞ்சம் கூடுதலாகக் கேட்டிருக்கலாமோ!

சொல்லி முடிப்பதற்குள் அவள் கேட்ட பொன்னை ஒரு முடிப்பாய் அவள் கையில் கொடுத்தான். விளக்கில் விழும் விட்டிலாய் வீட்டின் உள்ளே சென்று அவள் கட்டிலை அடைந்தான்.

பிறகு............

‘அட, அதற்குள்ளாகவா விடிந்து விட்டது.’

ஊருக்குப் புறப்பட்டான் சுந்தரமையன். ‘மாப்பிள்ளை’ என்றழைத்த மாமியின் ஒரு வார்த்தை அவனைத் தடுத்து நிறுத்தியது. அடுத்து, ‘ஒரு பத்து நாள் தங்கிப் போங்களேன்’ என்று மோகனமுத்து கொஞ்சலுடன் சொன்ன அந்த உபசரிப்பில் அங்கேயே தங்கிவிட முடிவு செய்தான்.

மனைவிக்கு கூட அவ்வளவு செலவு செய்திருக்க மாட்டான், அத்தனை செலவுகளை மோகனமுத்துக்கு சுந்தரம் செய்தான். நகை வாங்கிக் கொடுப்பதென்ன, ஆடைகள் வாங்கிக் கொடுப்பதென்ன, திருவிழாவுக்கு செலவு செய்வதென்ன, பண்டிகைகளைக் கோலாகலமாகக் கொண்டாடுவதென்ன ம்.... அவன் கொண்டு வந்த பொன் மூட்டை, பொன் முடிப்பாய் மாறிக் கொண்டிருந்தது.

ஏதாவது காரணம் சொல்லி தாய்க்கிழவி செலவுக்கு அடிக்கடி அவனிடம் பொன் கேட்பதும். சுந்தரம் அவளுக்கு அள்ளிக் கொடுப்பதும் அவனுக்கு எரிச்சலாயிருந்தது.

ஏதோ முடிவுக்கு வந்தவனாக, “ஏய் கிழவி, இந்தா! மொத்த பொன்னையும் உன்னிடமே கொடுத்து விடுகிறேன்.

இனி என்னைத் தொந்தரவு செய்யாதே! ” என்று கையிருப்பு அத்தனையும் தாய்க் கிழவியிடம் கொடுத்து விட்டான்.

பொருளெல்லாம் பிடுங்கியாயிற்று. இனி அவனெதற்கு? அவனைத் துரத்துவதற்கான அடுத்தக் கட்ட முயற்சிகளில் ஈடுபட்டனர் தாயும் மகளும். அவர்களை எதிர்த்து, போராடித் தோல்வியடைந்த சுந்தரமய்யன் ஊர்சபையில் வழக்கிட்டான்.

ஊரார் சிரித்தனர், சீரழிந்ததெல்லாம் போதும், ஊர் போய்ச் சேர்ந்து உன் மனைவியிடம் ஒழுங்காகக் குடும்பம் நடத்தும் வழியைப் பார், என்று புத்திமதிகள் சொல்லி அனுப்பி வைத்தனர்.

..வேல் விழியாள்
ஏறிட்டுப் பார்ப்பாள் என்றெண்ணினேன் பார்க்கவில்லை
மாறிட்டு நானும் வழிக் கொண்டேன் தேறஇடம் இல்லையே

என்று மனம்தேறி ஊரைப் பார்க்கக் கிளம்பினான். அப்போது வேதமையர் எதிரே வந்தார். அப்போதுதான் அவர் சொன்ன அறிவுரைகள் நினைவுக்கு வந்தன. என்ன செய்வது. காலம் கடந்த ஞானம்.

அழுத அவனைத் தேற்றியதுடன், அவனது வறுமை தீர சிவசாமி சேதுபதி என்னும் வள்ளலிடம் அழைத்துச் சென்றார். அவனும் அந்த வள்ளலைப் பாடி பரிசில் பெற்று ஊர் திரும்பினான். பின்னர் தான் திருந்திய நிலையை விறலியிடம் சொல்லி, அவளைத் தூதாக விடுத்து தன் மனைவியிடம் சேர்ந்தான் சுந்தரம்அய்யன்.

ஈ. சித்திரவல்லி எனும் தாசி

திருவாரூரிலே புகழ் பெற்ற தாசி சித்திரவல்லி. இவள் செண்டலங்காரன் விறலிவிடு தூதுவின் நாயகி. இவள் மோசம் செய்த வாகுபட்டன் என்ற வேதியனின் கதைதான் செண்டலங்காரன் விறலிவிடு தூது.

நாகப்பட்டினம் எனும் ஊரிலே வாகுபட்டன் என்ற வேதியன் தன் அத்தை மகளை மணந்து அவளுடன் சந்தோஷமாக வாழ்ந்து வருகையில், அபரஞ்சி என்ற

அழகியையும் இரண்டாவதாக மணந்தான். இரண்டுபேருக்கும் தனித்தனி வீடுகள் அமைத்துக் கொடுத்து அங்குமிங்குமாக நாளொருநாள் இருந்து வந்தான்.

ஒருநாள் தன் இளைய மனைவி அபரஞ்சியோடு முயக்கம் செய்யும்போது ஏக்கமாய் பெருமூச்செறிந்தான். அந்த பெருமூச்சுதான் பிரச்சனைக்குக் காரணமானது.

அவன் ஏன் அந்த சமயத்தில் பெருமூச்சு விட வேண்டும்?

மூத்தாளின் ஞாபகம் வந்து விட்டதோ? அப்படியென்றால் அவளிடமே போய் இருந்துவிட வேண்டியதுதானே, என்னை ஏன் இரண்டாந்தாரமாக மணக்க வேண்டும்? இப்படி அவளை நினைத்து ஏக்க பெருமூச்சு ஏன் விடவேண்டும்?

ஒருவேளை வகை தொகை இல்லாமல் வந்து மாட்டிக் கொண்டதாக நினைத்தாரோ? யார் இவரை என்னிடமே இரு என்று வற்புறுத்தி இருக்கச் சொன்னது?

ஒருவேளை நான் அழகாயில்லை என்று நினைத்து, மூன்றாவதாக ஒருத்தி இருந்தால் நல்லது என்று நினைக்கிறாரோ? மகராசன் தாராளமாக மூன்றாவதாகவும் ஒருத்தியைக் கட்டிக் கொள்ளட்டும்; என்னிடம் வரவே வேண்டாம்.

என் மேனி அழகைப் பார்க்கும்போது வேறு எவள் உடலழகாவது ஞாபகத்துக்கு வந்து விட்டதோ? தாராளமாகப் போய் அவளுடன் சேர்ந்து விட்டு வரட்டுமே, ஆனால் திரும்பி வரும்போது இங்கே கண்டிப்பாக வரக்கூடாது நினைவிருக்கட்டும்.

பிலு பிலு வெனப் பிடித்துக் கொண்டாள் அபரஞ்சி.

அட! ஒரு சாதாரண பெருமூச்சுக்கு இத்தனை அர்த்தங்களா! இத்தனை அனர்த்தங்கள் செய்ய வேண்டுமா? தெரியாமல் செய்து விட்டேன் தாயி, மன்னித்துக்கொள், வாகுபட்டன் சரணாகதிக்குப் போய் விட்டான். எப்படியோ சமாதானம் ஆனால் சரி.

"மன்னிப்பா, அப்படியானால் தப்பு செய்ததை ஒப்புக்கொள்கிறாயா? சொல், என்ன தப்பு செய்தாய்?"

"நான் எந்தத் தப்பும் செய்யவில்லை!"

"சரி, தப்பு செய்யவில்லை என்றால் எதற்காக மன்னிப்புக் கேட்டாய்?"

"உன்னைச் சமாதானப்படுத்த வேறு வழி தெரியாததால்........."

"ஓகோ, உன் காரியம் ஆக வேண்டுமென்றால் என்ன வேண்டுமானாலும் செய்வாயோ? இப்பொழுதாவது உண்மையைச் சொல், நீ யாரை நினைத்துப் பெருமூச்சு விட்டாய்?"

வாகுபட்டன் பொறுமை இழந்தான். "தாயே! உன் சங்காத்தமே வேண்டாம், ஆளைவிடு" என்ற சொல்லிக் கொண்டே வெளியில் வந்து திண்ணையில் அமர்ந்தான்.

கொஞ்சநேரம் போனது. இப்போது சமாதானம் ஆகியிருப்பாளா? வாகுபட்டன் மெதுவாக உள்ளே சென்றான்...... .உள்ளே அபரஞ்சி பேசாமலிருந்தாள்.

"அபரஞ்சி...........!" மெல்ல கிசு கிசுத்தார்.

திரும்பிப் பார்த்த அபரஞ்சி மறுபடியும் அவனைப்பிடித்துக் கொண்டாள். "என் சங்காத்தமே வேண்டாம் என்று வெளியே போனவர் ஏன் மறுபடியும் இங்கே வந்தீர்? அங்கே மூத்தாள் உள்ளே சேர்க்கவில்லையோ?"

"நான் அவள் வீட்டுக்குப் போகவில்லை,"

"அவள் வீட்டுக்குப் போகவில்லையென்றால் வேறு யார் வீட்டில் இருந்து வருகிறீர்?"

"உன்னைவிட்டு எங்கும் போகவில்லை தாயே! வெளியேதான் இருந்தேன், நீ சமாதானம் ஆகியிருப்பாய் என்றுதான் திரும்பி வந்தேன்."

"என்னைவிட்டுப் போக மனமில்லாதவர் எதற்கு வெளியே போகவேண்டும்? வெளியே எவளாவது காத்திருக்கிறாளோ?"

வேதாளம் மறுபடியும் முருங்கைமரம் ஏறிக்கொண்டது. வாகுபட்டனால் சமாதானம் செய்ய முடியவில்லை. பேசாமல் மறுபடியும் வெளியேறினான்.

‘சே! ரெண்டு பொண்டாட்டிக்காரன் பாடு திண்டாட்டம் என்பது சரியாகத்தான் இருக்கிறது. அவள் வீட்டுக்குப் போனால் இவளுக்கும், இவள் வீட்டுக்குப் போனால் அவளுக்கும் பொறாமைதான் ஏற்படுகிறது. நான் யாருக்கென்று வாழ்வேன்? பேசாமல் இருவரையும் திண்டாட்டத்தில் விட்டு விட்டு எங்காவது சன்னியாசம் போய் விடலாமா?’ மூட்டை முடிச்சுகளுடன் கிளம்பி விட்டான்.

வடக்கே கங்கையில் புனிதநீராடச் சென்றவன் தெற்கே காவிரியில் நீராட திருவாரூக்கு வந்து சேர்ந்தான்.

‘திருவாரூரைக் கண்டாலே முக்தியாமே!’ கமலாலயத்தில் இறங்கி ஒரு முழுக்குப் போட்டுவிட்டு, தியாகேசரை வணங்கி, கோயிலை வலம் வரத் தொடங்கினான்.

அங்கே கோயில் மண்டபத்தில் சித்திரவல்லி எனும் தாசி நடனம் ஆடிக் கொண்டிருந்தாள். அவளின் நாட்டியம் பக்தியுடன் கோயிலைச் சுற்றிக் கொண்டிருந்த வாகுபட்டரைத் திரும்பிப் பார்க்க வைத்தது.

அவளது விழிவீச்சு அவரை அசையவொட்டாமல் செய்தது. எல்லாப் பெண்களுக்கும்தான் விழிகள் இருக்கின்றன ஆனால் எல்லா விழிகளுக்கும் ஆடவரைக் கட்டிப்போடும் இந்தக் காந்தத்தன்மை இருப்பதில்லையே, காந்தக் கண்ணழகி, இவளிடம் மட்டும்தானே இப்படி ஓர் ஈர்ப்பு சக்தி இருக்கிறது.!

சித்திரவல்லியின் பார்வை காந்தப்பார்வையா?

கோயிலை வலம் வருவதைவிட்டு அவன் ஏன் அப்படியே அசையாமல் நிற்க வேண்டும்? எது அவனை அசைய விடாமல் செய்தது?

சித்திரவல்லியின் குயில்மொழியா? அவளது தேனொழுகுஞ் செம்பவளவாய் இதழா? இல்லை அவள் பாடும் பாட்டா? இல்லை

அதற்கு இனிமைச் சேர்க்கும் இசையா? அதுவுமில்லை அதற்கு இனிமைச் சேர்க்கும் அவளது இசையா? அதுவுமில்லை அவளது மதிமுகத்து விளங்கும் வேழக்கரும்பனைய மென்னகையா? அல்லது அதில் நெளியும் குறுநகையா?

இல்லை நெற்றியில் அவள் சின்னதாக வைத்திருக்கும் கத்தூரிப் பொட்டா? இல்லை அவள் அணிந்து நின்ற மாழைமணிப் பட்டுடையா? அல்லது அழகு மிக்க அவளது ஆபரணங்களா! அசையும் அவளது நடையா? இல்லை ஆடும் நாட்டியமா? எது அவனை அப்படி அசையவொட்டாமல் செய்தது?

காந்தம் கவர்ந்து விட்டதோ?

சித்திரவல்லியின் அழகு வாகுபட்டனை சித்தரவதை செய்து கொண்டிருந்தது. நடனம் முடிந்தது. சித்திரவல்லியும் புறப்பட்டாள். வாகுபட்டனும் பின்தொடர்ந்தான்.

சித்திரவல்லிக்குத் தன்னை ஒருவன் பின்தொடர்வது தெரிகிறது. அவள் அதைப்பற்றி அக்கரை கொள்ளவில்லை. போகிற போக்கில் அவன்மீது ஒரு விழிவீச்சை வீசிவிட்டுச் சென்றாள். அது அவனுக்கும் அவளுக்கும் மட்டுமே புரிந்த ரகசியம்.

அந்த விழிவீச்சு வாகுபட்டனின் நடையில் ஒரு விரைவைக் கூட்டியது. மின்னலைப் போல வீட்டினுள் நுழைந்து விட்டாள். பின் தொடர்ந்த பட்டருக்கு திடீரென இருள் சூழ்ந்தது போலிருந்தது.

வாசலில் நுழைந்தவன் கூடத்திற்கும் வந்தான்.

தோழிமார்கள் எதிரே வந்தனர். அவனை மேலும் கீழுமாகப் பார்த்தனர். "என்ன வேண்டும்?" என்று அவர்கள் கேட்பதற்கு முன்னரே. "உங்கள் தோழி எனக்கு வேண்டும், பணயமென்ன சொல்லுங்கள்" என்றான்.

வாகுபட்டனின் அவசரநிலை தோழியருக்குப் புரிந்தது. 'எம் தலைவிக்கு விலை முன்னூறு பொன்' என்று சொல்ல வந்த ஒருத்தியின் வாயை மூடிய மற்றொருத்தி, 'இன்னும் இருக்கிறது கேளுங்கள்' என்றவாறு ஒவ்வொரு கட்டணமாகக் கூற ஆரம்பித்தாள்.

'மேற்சொன்ன கட்டணத்துடன் சித்திரவல்லியின் தாயருக்கு நூறு பொன். எங்கள் தோழியை உங்களுக்குப் பேசி விடுவதற்கு எங்களுக்கு நாற்பது பொன். இன்று கட்டிலறையில் உங்களுக்காக வைப்பதற்கு குங்குமம், சந்தனம், கத்தூரி, சாந்து,

கருப்பூரம், கெந்தகப்பொடி இவைகள் வாங்குவதற்கு முப்பது பொன். கட்டிலறையை சோடிக்க எங்களுக்கு முப்பது பொன். வெற்றிலைப் பாக்குத் தாம்பூலத்திற்கு பத்துப்பொன், முகூர்த்த சேலை வாங்குவதற்கு பத்துபொன். இன்னுமொரு பத்துப் பொன் இத்தனையும் சேர்த்து மொத்தமாக..... ஆங். ஆயிரம் பொன் தேவைப்படும்' என்றனர்.

வாகுபட்டன் யோசிக்கவில்லை, 'இந்தா, பிடி!' பணத்தை அள்ளிக் கொடுத்தான்.

அங்கே, ஜன்னலோரமாய் தாய்க்கிழவி வெட்கத்துடன் எட்டிப்பார்க்கிறாள், "வாங்க மாப்பிள்ளை! நீங்கள் எங்கள் வீட்டிற்கு வர நாங்கள் என்ன பாக்கியம் செய்தோமோ! இன்று தியாகேசருக்கு நடனமாடியதன் பலன் கைமேல் கிடைத்துவிட்டது."

பட்டுப்புடவை அணிந்து நெற்றி நிறைய மணக்க மணக்க விபூதி பூசி எவ்வளவு பக்தியான தோற்றம். கும்பிட்டாள், குழைந்தாள். அட, கிழவிக்குக்கூட இவ்வளவு அழகாக வெட்கப்பட தெரியுமோ! அத்தனையும் நடிப்புதான், ஆனாலும் அதைத் திறமையாகச் செய்தாள். பழைய அனுபவம் போலும்!

பள்ளியறை ஒப்பனை முடிந்து விட்டதாக தகவல் வரவே தோழியர்கள் அவனை அறைக்கு அழைத்துச் சென்றனர். அவனைத் தொடர்ந்து சித்திரவல்லியும் உள்ளே வந்தாள்.

அங்கே............ என்ன நடந்தது, அதைத் தனி அத்தியாயத்தில் காண்போம்.

தாசி வீட்டுப் பகட்டுகள் வாகுபட்டனை வசீகரித்தன. நாட்கள் போனதே தெரியாமல் அவர்களின் உபசரிப்பில் திக்குமுக்காடிக் கொண்டிருந்தான்.

அவனிடமிருந்த பொன்னையெல்லாம் வஞ்சகம் நிறைந்த சாகசங்களால் சித்திரவல்லியும் அவள் தோழியரும், தாய்க்கிழவியும் பறித்து விட்டார்கள். பல ஆயிரம் பொன் நாணயங்கள் படிப்படியாக அவர்களுக்குக் கொடுத்ததன் விளைவு அவன் கையில் இருந்த பொன் மூட்டை சிறுத்திருந்தது. அதையும் அவர்கள் விட்டு வைக்கவில்லை. தேவையற்ற செலவினங்கள் பலவற்றைச் செய்யச் செய்தனர்.

இப்போது அவன் கையில் பொருளில்லை. அவனுக்கு என்ன செய்வதென்று தெரியவில்லை.

கையில் பணமில்லாத அவன் நிலையை அறிந்த தாய்க்கிழவி அவனை இகழ்ச்சியாகப் பேசி, அவமதித்து, வீட்டைவிட்டு வெளியேற்றும் செயல்களை மேற்கொண்டாள்.

வாகுபட்டனுக்குக் கோபம் வந்தது. பணமில்லாதவன் கோபம் தாசியின் வீட்டில் செல்லுபடியாகுமோ? கிழவியோ இதுதான் சமயம் என்று நீதிமன்றத்தாரிடம் மாயம் பல பேசி, வழக்குத் தொடுத்தாள்.

ஏழையின் சொல் அம்பலமேறுமோ, அறம்கூறு அம்பலத்தார்கள் அவன் நிலைக்கு இரங்கி, அவனுக்கு அறவுரைகள் கூறி, தென் துவாரகை என்று அழைக்கப்படும் மன்னார்குடி நகரிலே செண்டலங்காரன் என்னும் வள்ளலை சந்திக்கும்படிக் கூறி அனுப்பி வைத்தனர்.

வாகுபட்டனின் நிலையை அறிந்த செண்டலங்காரன் அவனுக்குப் பரிசில் பல நல்கி, அவன் மனைவியருடன் வாழும்படி அறிவுரைகள் கூறி அனுப்பி வைத்தான்.

ஊருக்குத் திரும்பிய வாகுபட்டன், விறலி ஒருத்தியைச் சந்தித்து, தான் கெட்டழிந்த கதையைக் கூறி, தற்போது மனம் திருந்திய நிலையில் வந்திருப்பதைப்பதையும் சொல்லி, தன்னை தன்மனைவியர்களுடன் சேர்த்து வைக்கும்படி வேண்டினான். அவளும் அவன் நிலைக்கு இரங்கி தூது சென்று தம்பதியர்களைச் சேர்த்து வைத்தாள்.

உ. காமரசக் குளிகை கண்ணாடி

காமரசக் குளிகை கண்ணாடி தென்பழனியில் புகழ்பெற்ற அழகான தாசி. இவள் மோசம் செய்த சோடசஅவதானி என்பவனின் கதைதான் சங்கமேசுவர சுவாமி விறலிவிடு தூது.

திருமகள் குடிகொண்டு வாழும் திருப்பதியிலே சேஷபட்டர் என்பவரின் மகனாய்ப் பிறந்தவன்தான் சோடச அவதானி. சகலக்கலைகளிலும் வல்லவனாய் விளங்கியதால் அவனது இயற்பெயர் மறைந்து சோடச அவதானி என்ற பட்டப்பெயரே நிலைத்து விட்டது

உரிய வயதில் செகநாதபதியில் வாழும் திம்மபட்டர் என்பவரின் மகளை மணந்து இல்லறம் நடத்திவரும்போது ஒருநாள் தேர்த்திருவிழாவைக் காண பக்கத்து ஊரான மாணிக்கப்பட்டனத்திற்கு சென்றான் சோடச அவதானி.

மாணிக்கப்பட்டனம் தேர்திருவிழாவுக்கு மட்டுமல்ல அழகான தாசியர் பலரும் நடமாடும் சிறப்புக்கும் உரியது.

அங்கே தேர்த்திருவிழா காணச்சென்ற அவதானி எதிர்பாராத விதமாய் அழகான தாசி ஒருத்தியையும் சந்திக்கிறான. அவளுடன் ஓரிரவும் தங்குகிறான்.

மறுநாள் ஊருக்குத் திரும்பியவன், மனைவியிடம் முதல்நாள் இரவு தங்க நேர்ந்ததற்கு ஏதேதோ காரணம் சொல்கிறான்.

....முகம் பார்த்தாள்
கூட்டுமஞ்சள் வாடைக் குறியுடனே கிட்டணைய
மார்மேல் நகக்குறியும் மாதுநல்லாள் கண்டுகொண்டு
நீரேது சூது நினைத்தீர் காண் 13

என்று அவன் மேலுள்ள அடையாளங்களால் அவன் தாசி வீடு சென்று வந்தள்ளதை அவனது மனைவி தெரிந்துகொண்டாள். அவனுடன் சண்டையிட்டு அவனை 'வீட்டை விட்டுப் போ!' என்றும் சொல்லிவிட்டாள்.

மனம் உடைந்த அவதானி, அவள் மனம் மாறி மீண்டும் அழைப்பாள் என்பதற்காக வீட்டுத் திண்ணையில் ஒண்டி, ஒண்டி படுத்திருந்தான். நள்ளிரவில் கதவைத் திறந்த அவன் மனைவி, அவன் திண்ணையில் படுத்திருப்பதைக் கண்டு கதவைத் தாழ்ப்பாள் போட்டுவிட்டாள்.

அப்போது அவனுக்கு,

பத்தாவுக் கேற்ற பதிவிரதை உண்டானால்
எத்தாலும் கூடியிருக்கலாம் சற்றேனும்
ஏறுமாறாக இருப்பாளே யாமாயின்
கூறாமல் சந்நியாசம் கொள் 14

என்ற ஔவையாரின் பாடல் நினைவுக்கு வந்தது. மறுநாள் காலை, வீட்டில் வைத்திருந்த அவனது செல்வங்களையெல்லாம் எடுத்துக் கொண்டு தலயாத்திரைப் புறப்பட்டு விட்டான்.

வழியிலுள்ள திருத்தலங்களையெல்லாம் வழிபட்டுக் கொண்டே மதுரையை அடைந்து, பூணாச்சிஐயர் வீட்டுக்கு வந்தான்.

ஒரு ஐந்து நாள் அவர் வீட்டில் தங்கிவிட்டு, தென்பழனி தேரைப் பார்க்கப் புறப்பட்டான். புறப்படும்போது பூணாச்சி ஐயரையும் துணைக்கு உடன் அழைத்தான். பூணாச்சி ஐயர் அவனை ஏற, இறங்கப் பார்த்து, 'நான் வரவில்லையப்பா ஆளை விடும்' என்றார்.

"ஏன்? எதற்கு இவ்வளவு சலிப்பு?"

"பழனாபுரியில் இருக்கும் மின்னா மினிக்கியர்களின் (இக்காலத்தில் இதனை மேனா மினுக்கி என்று சொல்கிறார்கள்) செயலைச் சொன்னால் ஊரே சிரிக்கும், இதில் காரணம் வேறே கேட்கின்றாயா? அதிலும் அந்த மணமாலை என்னும் தாசி பெற்ற மகள் காமரசக் குளிகை கண்ணாடி இருக்கிறாளே அவளது அட்டகாசம் சொல்லி முடியாது."

"அப்படியா.....!"

"என்ன அப்படியா!, அவளது கண் விழி வலை வீச்சுக்குத் தப்பிய ஆடவரே இல்லை என்று சொல்லலாம். நானே, என் வயசுக்கு அவளைப் பார்த்து தடுமாற்றம் அடைகிறேன் என்றால், நீ அங்கே போகப் போகிறேன் என்கிறாயே! நீ மட்டும் எப்படி அவளது கண் வலையில் இருந்து தப்பிக்க முடியும்? அதுதான். இப்படி எச்சரித்தேன்", என்று பூணாச்சி அய்யர் சொன்னார்.

அதற்கு சோடச அவதானி அலட்சியமாகச் சிரித்து, 'வெந்நீர் கொதித்து வீடு வெந்து போகுமோ' கவலைப்படாதீர்கள், நான் சோடச அவதானி, பல கலைகளையும் தெரிந்தவன், அதனால் மனம் எப்போதும் என் கட்டுப்பாட்டில்தான் இருக்கும், தைரியமாக என்னை நம்பி வாருங்கள் பழனி போய் வரலாம் என்றான்.

அவதானி இருக்கும் தைரியத்தில் பூணாச்சி அய்யர் கோயிலுக்கு கிளம்பிவிட்டார். பழனிமலையானைத் தரிசித்து கோயிலை வலம் வருகையில் சந்நதிக்குள்ளே அலங்காரம்

செய்யப்பெற்ற மகாமண்டபத்தில் காமரசக் குளிகை கண்ணாடி நடனம் புரியும் அதிசயத்தையும் கண்டனர்.

....ஒய்யாரி
ஆடுவதும் பாடுவதும் ஆடவர்மேல் மோடி
போடுவதும் மேல்புருவம் போடுவதும் நீடுகயல்
கண்சாடை காட்டுவதும் கைவிசி நிட்டுவதும்
பெண்சாடை மெத்த பிலுக்குவதும் பண்பாகும்

பந்தடித்தாற்போல பசுங்கிளி அங்கு நாட்டியஞ் செய்து கொண்டிருந்தாள். நடனத்தின் இடையில் அவள் அவதானியைப் பார்த்த குறுகுறுத்த பார்வையில் அவதானி நிலைகுலைந்து போனான்.

சாத்திரங்கள் சொன்ன பல்லி தான் கழுநீர்ப் பானையிலே வேத்து நழுவி விழுவது போல மனத்தைரியம் இருப்பதாகச் சொன்ன அவதானி மிகப் பலவீனன் ஆனான். அவள் பார்த்த அந்த ஒரு பார்வையில் உடல் முழுவதும் வெலவெலத்து, வியர்த்தது. அவளது விழி வலையில் முற்றிலுமாக அவன் சிக்கிக் கொண்டான்.

ஆதிதாளம் பகர்ந்தாள் ஆவல் கொண்டு கைச்சுருளில்
பாதிதா வென்று முகம் பார்த்து நின்றேன் கோதை

அடதாளம் கைக்கொண்டே ஆடினா ளாகம்
இடை நோகு மென்று எண்ணி னேன்நான் குடைதுவள
மட்டையத்திலே பார்த்த மாத்திரத்தில் வீரியத்தை
விட்டுயரத் தேகவிரயம் செய்தாள் கட்டழகி

அவளது நடனத்திலே அவதானியின் மனது சுக்குநூறாகச் சிதறிக் கொண்டிருந்தது. அவளைத் தரிசித்தது பூணாச்சி அய்யரால் கிடைத்த புண்ணியம் என்று மனம் சந்தோஷப்பட்டது.

நாட்டியம் முடிந்தது. பைங்கொடியாள் கோபுரத்தின் வாசலுக்கு வந்தாள். பூணாச்சிஅய்யரை அங்கேயே விட்டுவிட்டு, விரைந்து வெளியே ஓடிவந்து அவளைப் பின் தொடர்ந்தான் அவதானி.

வீட்டுக்குச் சென்றாள். வீடில்லை அது, அரண்மனை! அந்த அரண்மனை முற்றத்திலே அவதானி காத்திருந்தான்.

உள்ளேயிருந்து வந்த மாயப்பூச்சி என்பவள் அவதானியை விசாரிக்கிறாள். "நீங்கள் எந்த ஊர்? எங்கு வந்தீர்? எதற்காக இங்கே நிற்கிறீர்?" என்று அவள் கேட்க,

அவனும் 'திருப்பதியிலே சேஷபட்டர் என்பவரின் மகன் யான். சோமபட்டன் என் மாமன், சுந்தரம்அய்யன் தம்பி, மாமயன் என்னுடைய மைத்துனன், சகல கலைகளிலும் வல்லவன் என்பதால் என்னை சோடச அவதானி என்று அழைப்பர்' என்று பதில் சொன்னான்.

அதற்குள் சொக்கி, தோதகத்தி என்னும் இரு தோழியர் வெளியே வந்து எட்டிப் பார்த்தனர், நிலைமையைப் புரிந்து கொண்டனர்.

...கன்னியர்மேல்
ஆவல்கொண்டு வந்தீரோ ஆயிழையைச் சேராமல்
பேசுவதென்ன தூது பொருந்துகிறோம் தேவரெமக்
கைந்நூறு பொன்னிவள்க் கைந்நூறு பொன்னது
முன்னூறு பொன்கிழட்டு மூரிக்கும் மின்னாள்க்
கெழுநூறு பொன்னாக ஈரா யிரம்பொன்
நழுவாமல் ஓர் முடிப்பு நன்றாய் வழுவாமல்
தந்தாலே நீரே தழுவலாம் வேறொருவர்
வந்தா லுமக்கென்ன வாருமென்றாள்

"அய்யரே இரண்டாயிரம்; பொற்காசுகளை அவளிடம் தந்துவிட்டு உள்ளே வாரும். எங்கள் தலைவி உங்களுக்காகத்தான் காத்துக் கொண்டிருக்கிறாள்" என்றனர்.

அப்போதே இரண்டாயிரம் பொன்னையும் ஒரே முடிப்பாய்க் கொடுத்துவிட்டு உள்ளே சென்றான் அவதானி. உள்ளே வரவேற்பு மிகுதியாயிருந்தது. தோழியர் உபசரிப்பிலேயே குளிர்ந்து விட்டான். காமரசக் குளிகை கண்ணாடி வந்து, அன்புடன் அவனை வரவேற்றுத் தன் பஞ்சனைக்கு அழைத்துச் சென்றாள்.

அப்போது வழியில் எதிர்பட்ட தாய்க்கிழவி, பம்மியபடி ஒரு கோலை ஊன்றி அவனை வணங்கி, "எந்தூரோ தேவா! எங்கள் குல தெய்வம்போல் வந்தீரே மாப்பிள்ளை, வாருங்கள்! சந்தோஷம்! நான் செய்த புண்ணியமோ, அல்லது எனது மகள் செய்த மாதவமோ நானறியேன். சர்க்கரைப்

பந்தலிலே தேன்மாரி பெய்த கதையாய் நீர் வந்தீர். என் மகள் ஒன்றும் அறியாதவள், அவள் ருதுவாகி ஒரு மாதம்தான் ஆகிறது, அவளுக்கு வயதுகூட பன்னிரண்டுதான் ஆகிறது" என்று சொல்லி, 'நீர்தான் அவளை ஆதரிக்க வேண்டும்' என்றுகூறி, நீங்கள் 'இருவரும் சதிபதிகள் போலிருங்கள்' என்றும் வாழ்த்தினாள்.

பள்ளியறையை அடைந்த அவதானி அங்குள்ள லீலாவினோதங்களைக் கண்டு மயங்கினான்.

'கண்டால் பசிதீரும் காமரசக்குளிகை
வண்டாடும் செந்தேன் மலர்க்குழலாள்'

என்று பூணாச்சிஅய்யர் சொன்னது சரியாகத்தான் இருந்தது. அவளைப் பார்த்துக் கொண்டேயிருந்ததில் பசியே எடுக்கவில்லை

காமரசக் குளிகை அங்கிருந்த தம்பூராவை எடுத்து மீட்டிப் பாடினாள். அதனைப் பாராட்டிய அவன் தனது கணையாழியை அவளுக்குப் பரிசளித்தான்.

பிறகு..........ம்........... அதற்குள் பொழுது விடிந்து விட்டது. அங்கு நடந்ததை அவனிடம் பிறகு ஒரு சமயத்தில் கேட்டுத் தெரிந்து கொள்ளலாம்.

நாட்கள் சென்றன.

கிழவி தன் வழக்கமான வேலையை ஆரம்பித்து விட்டாள்.

'தம்பியின் கலியாணசெலவுக்கு எண்பது பொன் வேண்டுமென்றாள்.'

உடனே கொடுத்தான்.

'புதிய சேலை இல்லையென்றாள்.'

உடனே முன்னூறு பொன்னுக்குச் சேலை வாங்கிக் கொடுத்தான்.

'கைச்செலவுக்குப் பணமில்லை என்று சிணுங்கினாள்.'

இருநூறு பொன் கொடுத்தான்.

‘திருவானியம்பதியில் தேர்த்திருவிழா நடக்கிறது போய்ப்பார்த்து விட்டு வாருங்கள்’ என்று சொன்ன தாய்க்கிழவி அவளும் அவர்களுடன் புறப்பட்டாள். எல்லா நகைகளையும் பூட்டிக்கொண்ட காமரசக்குளிகை கண்ணாடியுடன் மூவரும் சிறப்புமிக்க தேர்விழாவினைக் கண்டு மகிழ்ந்தனர்.

சங்கமேசுரத் தீர்தத்தில் நிராடி இறைவனை வழிபடும்போது, அங்கே பூணாச்சி அய்யர் வந்து விட்டார். கேலி செய்தார். அவதானி தலைகுனிந்து கைபிசைந்தான். “நன்றாயிருக்கிறது! ஆனமட்டும் பாரும்!” என்று பரிகசித்து விட்டுச் சென்றார்.

திருவிழாவில் அவள் கேட்டதையெல்லாம் வாங்கி கொடுத்தான் அவதானி. திருவிழா முடிந்து ஊர் திரும்புகையில், சென்னிமலை வழியாக வரும்போது “ஆம்பிரபதி ஆற்றங்கரையில் சமையல் செய்யவேண்டும், நீர் போய் பாலும், தயிரும் வாங்கி வாரும் என்று தாய்க்கிழவி அவதானியை வெளியே அனுப்பினாள். அவன் போய் வருவதற்குள் அவள் நகைகளையெல்லாம் கழற்றி மூட்டையாகக் கட்டி மறைத்து வைத்துக் கொண்டு, அவன் திரும்பி வந்ததும் ‘திருடர்கள் வந்து நகைகளையெல்லாம் கொள்ளை கொண்டனர்’ என்று இருவருமே பொய் சொல்லி அழுதனர்.

தேருக்குப் போன பலன் கைமேல் கிடைத்துவிட்டது என்று சொல்லிப் பசப்பினாள் காமரசக்குளிகை. சரி போனது போகட்டும் என்று அவர்களுக்கு ஆறுதல் சொல்லி அழைத்துக் கொண்டு ஊரையடைந்தான் அவதானி. வந்ததும் முதல் வேலையாக கதித்தமலை என்னும் தட்டானிடம் ஆயிரம் பொன் கொடுத்து தொலைந்துபோன நகைகளைச் செய்யச் சொன்னான். நகைகளை அணிந்து காட்டி பூரித்துப் போனாள்.

பிறகு சின்ன இடைவேளைதான் தாயுக்கும் மகளுக்கும், மறுபடியும் ஆரம்பித்து விட்டனர் பொருள் பறிக்கும் திருவிளையாடலை.

கொடுத்துக் கொடுத்தே பொருளெல்லாம் தீர்ந்து விட்டது. அவன் நிலைமை நன்கு தெரிந்தும் மறுபடியும் பொன்கேட்டு நச்சரிக்கத் தொடங்கினாள் தாய்க்கிழவி. காசில்லாததால் தலை கவிழ்ந்து வெளியே வந்து திண்ணையில் அமர்ந்து விட்டான்.

தாய்க்கிழவி விடவில்லை, திண்ணைக்கே வந்து வாய்க்கு வந்தபடியெல்லாம் திட்டித் தீர்த்தாள். பொறுமையாக இருந்த அவதானி அவள் எல்லை மீறியதும் பதிலுக்கு அவனும் திட்ட ஆரம்பித்தான். அடிமைக்கு ரோஸம் இருக்கலாமோ? கிழவிக்கு கோபம் வந்து விட்டது.

கூக்குரலிட்டு ஊரையழைத்தாள். 'பரதேசியாய் வந்தான். என் மகள் சோறிட்டாள். அவளை இவன் மயக்கிவிட்டான். இவனால் கடன்தான் அதிகமானது. கடனைக் கட்டு என்றால் கடன்காரன் மாட்டேன் என்று தகராறு செய்கிறான். இவனை இரண்டுபோட்டு பணத்தை வாங்கித் தாருங்கள்' என்று முறையிட்டாள்.

அங்குக் கூடிய எல்லா அந்தணர்களும் அவனுக்கு அறிவுரை கூறி அனுப்பி வைத்தனர். 'வேசியர் உறவு மோசம் என்பதனை, குடை நிழலிருந்து குஞ்சரம் ஊர்ந்தோரும் தீவினைப்பயனால் செல்வமிழந்து, தன் மனைவியரையும் மாற்றான் கொள வறியவராவர்' என்பதனை நாலடியாரில் படித்தது நினைவுக்கு வந்தது.

இப்போது நினைவுக்கு வந்து என்ன பயன்? போன மானம் போனது தானே.! அங்கிருந்து புறப்பட்டுத் தலங்களையெல்லாம் வணங்கிவிட்டு நண்ணாவூர் வந்து சங்கமேசுரரைத் தரிசித்து செல்வங்களைப் பெற்றுக்கொண்டு ஊர்போய் சேர்ந்து, விறலி ஒருவள் துணையுடன் அவன் மனைவியின் ஊடலைத் தீர்த்து குடும்பத்துடன் இணைந்தான் அவதானி.

ஊ. மோகனசுந்தரி எனும் தாசி

மோகனசௌந்தரி என்பவள் திருச்செந்தூரில் இருந்த புகழ்பெற்ற தேவதாசி. இவள் சுப்பையர் என்ற புலவரை ஏமாற்றி பொருள் பறித்து ஓட்டாண்டியாக்கிய கதைதான் சங்கரமூர்த்தி ஐயரவர்கள் பேரில் விறலிவிடு தூது.

திருவிடைமருதூரில் இராசவசாத்தியார் என்பவருக்கு மகனாகப் பிறந்தவர். நீண்ட நாட்களாகப் பிள்ளையில்லாமல் தவித்த இராசவசாத்தியாருக்கு திருவிடைமருதூர் சுப்பையா சுவாமிகளின் அருளால் இவர் பிறந்தமையால் இவருக்கு சுப்பையா என்ற பெயர் இடப்பட்டது.

சுப்பையா தந்தையைப் போலவே கல்வி பல கற்று மிகப் பெரிய புலவரானார். உரிய வயதில் திருநெல்வேலியில் வாழ்ந்து வந்த குப்புசாத்திரியின் மகள் இந்திராணி என்பவளை மணம் செய்து இல்லறத்தை இனிதாக நடத்தி வந்தார்.

ஒருநாள் இருவரும் திருநெல்வேலி வந்து, கோவிலுக்குச் சென்று, அங்கு எழுந்தருளியுள்ள காந்திமதியம்மையின் சந்நிதியை வணங்கச் சென்றனர். அப்பொழுது இந்திராணி தனது கையினால் தீர்த்தம் வாங்கிச் சுப்பையருக்கு இட்டனள். அதுபொழுது அம்மஞ்சள் தண்ணீர் சுப்பையர் மார்பினிடத்துப் பட்டது. அப்போது அதனைப் பெரிதாகப் பொருட்படுத்தாத இருவரும் சுவாமி தரிசனம் முடிந்ததும் வீடு வந்து சேர்ந்தனர்.

வீட்டில் சாப்பிடும்போது கணவர் மார்பில் மஞ்சள்சாந்து இருப்பதைக் கண்ட இந்திராணி ‘அது எப்படி வந்தது? ’ என்று கேட்கிறாள்.

‘கோயிலிலே நீ கொடுத்த தீர்த்தம் சிந்தி இப்படியாகிவிட்டது’ என்று பதில் சொன்னார் கணவர்.

“தீர்த்தம் பட்டால் இப்படியாகவா திட்டாக மஞ்சள் தெரியும்? நீங்கள் ஆசை நாயகி யார் வீட்டுக்காவது சென்று வந்தீர்களோ”? அவள் கேள்வியில் குத்தல் இருந்தது.

“என்ன வார்த்தை கேட்டுவிட்டாய் ? உன்னையன்றி வேறு யார் எனக்கு ஆசைநாயகி” என்று சுப்பையர் சமாதானம் சொன்னார்.

“அப்போ, அந்த மஞ்சள்கறை.....!”

சுப்பையருக்கு எரிச்சலாய் வந்தது. “அதுதான் கோயிலில் நீ தீர்த்தம் கொடுக்கும்போது சிந்திவிட்டது என்றேனே!” என்றார்.

இருப்பதைத்தானே கேட்டோம், அதற்கு இவர் ஏன் இப்படி எரிச்சலடைகிறார், என்று நினைத்த இந்திராணி, “தீர்த்தம் சிந்தினால், இப்படியா கட்டியாகத், திட்டாக மஞ் சள் இருக்கும் .... ? இது வேறு யாரோ பூசியது போல காணப்படுகிறதே! என்னிடம் ஏன் மறைக்க வேண்டும்?”

“அடியே, நீ எப்படி மடக்கிக் கேட்டாலும் இதுதான் என் பதில், வீணாகச் சந்தேகப்படாதே, வேலையிருந்தால் போய் பார் .”

எப்படிக் கேட்டாலும் இந்த மனிதர் உண்மையைச் சொல்ல மாட்டேன் என்கிறாரே!, என்று அப்போது முதல் மெய்யைப் பொய்யாக நினைத்து, அவரைச் சந்தேகப்பட்டு, சுப்பையரிடம் மரியாதையின்றி தாறுமாறாக நடக்க ஆரம்பித்தாள்.

இதனால் வெறுப்படைந்த சுப்பையர் இனி மாமனார் வீட்டில் தங்கியிருப்பது மரியாதையில்லை என்று தன்னுடைய வீட்டிற்குப் புறப்பட்டார். ஆனால் அதிலும் ஒரு சிக்கல்...... தனியே திரும்பினால் தந்தையார் ஆயிரம் காரணங்கள் கேட்பார். பேசாமல் தலயாத்திரை செல்வது சரியாயிருக்குமா? என்று யோசித்தவர், எதற்கும் திருவுளச்சீட்டுப் போட்டுப் பார்த்துவிடுவோம் என்று சீட்டுப் போட்டுப் பார்த்தார்.

திருவுளச்சீட்டில் ‘தலயாத்திரை செல்லுதல் தான் நல்லது’ என்று வரவே வழிச்செலவுக்குக் கையில் கொஞ்சம் பொற்காசுகளை எடுத்துக் கொண்டு தலயாத்திரை புறப்பட்டு விட்டார். எல்லாத் தலங்களையும் தரிசித்துக் கொண்டு திருச்செந்தூர் வரும்போது அங்கு தனது ஆசிரியரான நாரணவாத்தியார் என்பவரைச் சந்தித்து, அவரது வீட்டில் தங்கி, ஆறுகாலமும் அந்த ஆறுமுகப்பெருமானை வழிபட்டு வந்தார்.

அப்படி வழிபட்டு வருங்காலத்து ஒருநாள் சந்நிதி மண்டபத்தில் நாட்டிய நிகழ்ச்சி ஒன்றைத் தற்செயலாகக் காண நேரிட்டது. நாட்டியமாடிய அந்தப் பெண் மிக அழகாக இருந்ததுடன், இவரைத் திரும்பித் திரும்பிப் பார்த்தவண்ணம் நடனத்தை ஆடினாள்.

சுப்பையருக்கு இது புதுவித அனுபவமாயிருந்தது. நடனமாடும் அந்தப் பெண்ணின் அழகை அங்கிருந்தவாறே ரசிக்க ஆரம்பித்தார். அவரது நிலை எப்படியிருந்தது?

'கண்டேன் மருண்டேன் கருத்தழிந்தேன் மாலால்வாய்
விண்டேன் மதர்த்தேன் விதிர்த்தேனே'

என்று கூறுகிறார். அப்படி அவளிடம் என்னத்தைக் கண்டார்?

'...கொண்டைச்
சொருக்கின் சொருக்கினுள்ளே தொங்கலையும் கண்டேன்
கருத்து மயங்கிக் கரைந்தேன்விருப்பமுடன்
நெற்றியிலே இட்ட பொட்டின் நேர்த்தியைக் கண்டு அப்பொழுதே
சற்றும் அடங்கா விரக சன்னதமாய் ....'

சொல்லில் அடங்காப் பேரழகு என்பது இதுதானோ? தோகை வயிறோ, சங்கப்பலகையோ ஆகா.! அவளை அப்படியே அணு அணுவாய் ரசிக்கும் சுப்பையரை நோக்கி ஒரு புன்னகை பூத்தாள் அந்த நர்த்தகி.

ஐயோ, இந்த ஒரு புன்னகைக்காகவே அவள் பாதம் பணிந்து ஆயுள் முழுக்க அவளுக்கு சேவை செய்து கிடக்கலாமே! விளக்கில் விழும் விட்டில் போல அவள் அழகில் சுப்பையர் மயங்கி நின்றார்.

நடனம் முடிந்தது. தோழியர் புடைசூழ அந்த நடனப்பெண் வீட்டுக்குத் திரும்பினாள். சுப்பையர் அவளைப் பின்தொடர்ந்தார்.

அவர் வருவதற்குள்ளாகவே அவள் வீட்டிற்குள் சென்று விட்டாள். சுப்பையரோ வாசலில் நின்று கொண்டிருந்த வாயில் தாசியாகிய அதிரூபரத்தினம் என்பவளிடம் கோயிலில் நடனமாடிய அந்த நடன சுந்தரி யாரென்று கேட்கிறார்.

அவளோ 'ஆற்றிலே வெள்ளம் வரும்போது சகதியிலே யாராவது நீரெடுப்பார்களா? பத்தரைமாற்று பசும் பொன்னை வைத்திருப்பவர் யாராவது பித்தளையை விரும்புவார்களா? வெண்கலத்தைக் கண்டோர் யாராவது மண்கலத்தின் மீது மனது வைப்பார்களா? கண்குளிர எம் தலைவியின் அழகைக் கண்டவர்கள் அழகில் சிறந்ததாகக்

கூறப்படும் ரதி தேவியைக்கூட விரும்பமாட்டார்கள் அத்தனை அழகு எங்கள் தலைவி.'

'...கற்றவர்க்காங்
கல்விக் கடலாம் ! கலவி செயுங் காமுகர்க்கே
சொல்லுக் கடங்காச் சுகங் கொடுக்கும் நல்லவள் காண்!
இந்தக் கோயில் தாசியர்களிலே நாங்கள் முதல்குடி
காந்திகொளும் மேனிக் கயல்விழியாள் தன்நாமஞ்
சாந்தகுண மோகன சவுந்தரியாம்' 16

என்று அந்த நடனமாதின் குண அதிசயங்களைக் கூறி, அவளது பெயர் மோகன சவுந்தரி என்று கூறியவள், அவரிடம் 'உங்களை எங்கேயோ பார்த்த மாதிரி இருக்கிறது. ஆனால் சட்டென்று நினைவுக்கு வரவில்லை நீங்கள் யார்? எதற்காக இங்கு வந்திருக்கிறீர்? என்று சொல்லுங்கள்' என்றாள்.

'என் பேரும் என் அப்பாவின் பேரும் சுப்பையர் தான்' என்றவர், 'உங்கள் தலைவியின் அழகைக் கோயிலில் கண்டு, அவள் மேலுள்ள ஆசையால் இங்கு நாடி வந்தேன். நீதான் அதற்கு உதவி செய்ய வேண்டும். அதற்குப் பணயமென்ன' என்றார் சுப்பையர்.

'தாராளமாக உதவி செய்கிறேன். பணயத்தில் உங்களுக்காகத் தூது செல்லும் எனக்கும் தனியே........'

"கண்டிப்பாக, முதலில் பணயத்தைச் சொல்............"

"பூசும் நறுமணசந்தனத்திற்கு எண்பது பொன், விருந்தளிக்கும் பரிசாரகனுக்கு நூறு பொன், பிரியாத தோழியர் ஐந்து பேருக்கும் ஐநூறு பொன். அன்னையருக்குச் சேலை ஐம்பது பொன், கன்னி குளிக்கும் களபத்தின் விலை முப்பது பொன், தெளிக்கும் பனி நீருக்கு எண்பது பொன், தலைவிக்கு ஆயிரம் பொன் ஆகமொத்தம் ஆயிரத்து தொள்ளாயிரத்து ஐம்பது பொன்.

"எங்கேயோ கணக்கு உதைக்கிறதே, சரி பரவாயில்லை எனக்காகத் தூது செல்லும் உனக்கு ஐம்பது பொன்னும் சேர்த்து இரண்டாயிரம் பொன்னாகத் தருகிறேன் மோகன சவுந்தரியைக் காண்பதற்கு ஏற்பாடு செய், அவள் சம்மதித்தால், அவளது கால் கொலுசை நீ வாங்கி வந்து என்னிடத்தில் தர வேண்டும்" என்கிறான்.

தோழியும் சற்று பிகு செய்து கொள்கிறாள். 'சரி, போய் பார்க்கிறேன், ஒத்துக் கொண்டால் வந்து தகவல் தருகிறேன்' என்று உள்ளே சென்றாள்.

'திக், திக், திக்,' தோழியின் வருகைக்காக சுப்பையாவின் நெஞ்சு படபடத்துக் கொண்டிருந்தது.

'தோழி என்னைப் பற்றி அந்த மேகன சுந்தரியிடம் நல்லவிதமாக எடுத்துச் சொல்லியிருப்பாளோ?' சுப்பையரின் மனது நிலைக் கொள்ளவில்லை.

கெட்டகுடிக் கேற்ற தெப்பங் கிட்டினதாய் சொன்னாளோ?
கட்டி நிதிக் காரனென்றே காட்டினாளோ? இட்டமாய்த்
தேடிய முள்ளுத் தனியே தேனே யுன் காலிலிப்போ
ஓடிவந்து பாய்ந்ததென்றே ஓதினாளோ ? கோடிதரஞ்
சென்றாடுந் தீர்த்தமுனைத் தேடி வலியவிங்கே
நன்றாக வந்ததென்றே நாட்டினாளோ? அன்றிக்
குரங்காட்டம் கொள்ள விந்தக் கோமாளி யாமென்று
இரங்காளியம்பியோ! யேன்னோ!

17

என்று பலவாறாய் எண்ணங்கள். நாழிகை நாட்களாய் நகர்ந்து கொண்டிருந்தது. 'அவள் சம்மதித்தாள்' என்ற சொல்லைக் கேட்க காத்துக் கொண்டிருந்தார்.

அதிரூப ரத்தினம் மூச்சிறைக்கத் திரும்பி வந்தாள்.

'தோழியே! நீ போன காரியம் பாலோ, சீலோ' என்று கேட்கிறார் சுப்பையர். எல்லோரும் காயா, பழமா, என்றுதான் கேட்பார்கள் புலவரல்லவா சற்று வித்தியாசமாய்க் கேட்டார் போலும்.

அவளும் ஓடி வந்த வேகத்தில் சற்று நிதானிக்கிறாள். அந்த ஒரு நொடி இடைவெளிகூட அவரைப் பாடாய் படுத்துகிறது.

"புகழ்பெற்ற புலவர் ஒருவர் உன்னைத் நாடி வந்துள்ளார் என்று உம்மைப் பற்றிச் சொன்னேன்."

என்ன சொன்னாள்? என்ன சொன்னாள்..........? அவர் கேள்வியில் அவசரம் தெரிந்தது.

" என்னிடம் கோபித்துக் கொண்டாள்."

"ஏன், புலவரென்றால் அவளுக்குப் பிடிக்காதோ?"

'புகழ்பெற்ற ஆடவர்கள் வந்தால் உடனே அழைத்து வரவேண்டும் என்ற சொல்லியிருக்க, நீ சாவகாசமாய் வந்து சொல்லுகிறாயே,' என்று கோபித்துக் கொண்டாள். சரி, பணத்தைக் கொடுத்தால் கோபம் தணியும் என்று நீங்கள் கொடுத்த பணத்தைக் கொடுத்தேன்...........

"வாங்கிக் கொண்டாளா!", 'அவள் சம்மதித்தாள்' என்ற ஒரு வார்த்தையைத் தவிர வேறு வார்த்தையைக் கேட்க அவர் தயாராக இல்லை.

'புதிதாய் பணத்தைப் பார்த்தவள் போல, அவரிடம் பணத்தை முன்னே வாங்கி வரலாமோ?' என்று பணத்தை என்னிடமே திருப்பித் தந்து விட்டாள். இதோ நீங்கள் கொடுத்த பணம்.

"அவள் சம்மதித்தாளா இல்லையா?" அவர் பொறுமை இழந்தார்.

'கோபிக்க வேண்டாம் என்று சொல்லி, உங்களை உடனே கூட்டிவரச் சொன்னாள்' என்று சொன்னவள், அவள் கொடுத்தனுப்பிய வெள்ளி கொலுசையும் காட்டினாள்.

சுப்பையருக்கு உயிரே திரும்பி வந்தது போலிருந்தது. கம்பராமாயணத்தில், தன்னைச் சிறைமீட்டுச் செல்ல இராமன் வரவில்லையென்று சீதை, தீக்குளிக்க அக்கினியை வலம் வரும்போது அனுமன் விரைந்து வந்து ராமரது மோதிரத்தைக் காட்டியதுபோல மோகனசவுந்தரி கொடுத்தனுப்பிய கொலுசு அவரின் உயிரைக் காத்து நின்றது.

அவளது அந்தக் கொலுசைக் கைநிறைய அன்பாக வாங்கிய சுப்பையர், வெட்கமில்லாமல் தன் நெஞ்சில் அணைத்து, கையில் கட்டிக் கொண்டார்.

இதைக்கண்ட அந்தத் தோழியும் அவரின் ஆர்வத்தைப் புரிந்து கொண்டு, 'உம்மை வரவேற்க ஆவலுடன் காத்திருக்கிறாள் எம் தலைவி, சீக்கிரம் வாருங்கள் தாமதிக்காதீர்கள்' என்று அவசரப்படுத்தினாள்.

முன்னே நடந்தாள் தோழி. பின் தொடர்ந்தார் சுப்பையர். வழியில் தோழியர் அவரைக் கேலி செய்தனர்.

தாய்க்கிழவி முகமன் கூறி வரவேற்றாள். தாம் அவசரப்பட்டு விட்டோமோ என்று சுப்பையருக்கு வெட்கமாயிருந்தது.

"நீங்கள் என்ன வேற்றுமனிதரா? இப்படி வெட்கப்படு கிறீர்களே! நீங்கள் இங்கு வரப்போவது எங்களுக்கு முன்னதாகவே தெரியும். அதனால் உங்களை வேற்று மனிதராகவே நாங்கள் நினைக்கவில்லை.

அதனால்தான் நீங்கள் கொடுத்த பணத்தைக்கூட உங்களிடமே என் மகள் திருப்பித் தந்துவிட்டாள்." தாய்க்கிழவி அவரை வார்த்தைகளால் சந்தோஷமாகக் குளிப்பாட்டிக் கொண்டிருந்தாள்.

எப்படித் தெரியும்?

'அதற்கான நற்சகுனங்களெல்லாம் எங்களுக்குத் தெரிந்தது' என்று ஆச்சரியத்துடன் சொன்னாள் தாய்க்கிழவி.

'அப்படியா!' சுப்பையருக்கு குழப்பம் ஏற்பட்டது. கிழவி தொடர்ந்தாள்.

காலையில் என் மகள் கோயிலுக்குப் புறப்படும்போது 'இன்றைக்கு உனக்கு நல்லதே நடக்கும்' என்று ஓர் அசரீரி வார்த்தை கேட்டது. அதனைத் தொடர்ந்து கோயிலில் மணியும் ஒலித்தது. இதைவிட அவளுக்கு வேறு என்ன நல்ல சகுனம் வேண்டும்?

'என்ன செய்தி வரப்போகிறதோ என்ற படபடப்புடன் அவள் சுவாமியைத் தரிசிக்கும்போது, முருகன் அணிந்த விபூதியையும் சந்தனத்தையும் அர்ச்சகர் அவள் கையில் கொடுத்து, தம்போக்கில் 'உம்பருக்கும் கிட்டாத வாழ்வுனக்குக் கிட்டும்' என்றார்.

விபூதியையும், பூவையும் வாங்கும்போது தூண்டாமணி விளக்கு வெகு பிரகாசமாய் எரிந்தது.

வள்ளியை சந்நிதியில் வணங்கும்போது பூ, மஞ்சள் பொட்டலம் கண்டெடுத்தாள்.

பின்னர் தெய்வானையை வணங்கும்போது அவளுக்குப் பக்கத்தில் நின்றவர்கள் ஒருவருக்கொருவர் இன்று முதல் உமக்கு நல்லகாலம்தான் என்றார்கள்.

கோயிலில் என் மகளுக்கு இன்று நடந்தவை அத்தனையும் நல்ல சகுனங்களே, இருந்தாலும் இன்று நமக்கு என்ன நல்லது நடக்கப் போகிறது என்ற தவிப்பில் காணப்பட்டாள். நானும் அவள் மனஅமைதிக்காக வேதவாத்தியாரை அழைத்து வந்து ஏடு பார்த்தேன். அதில்..........

'..நாட்டில்
உயர்ந்தவராய் நெஞ்சில் உண்மையுள்ளவராய்
நலம்பெறவே பேசும் நல்லாராய் வலம்புரியும்
மன்மதனைப் போலே வடிவமுடையவராய்
நன்னெறியே பேசும் நடுவினராய் பொன்னைக்
கொடுக்கும் குணத்தவராய்க் கூடலுக் காவராய்த்
தடுத்துத் தோன்றுஞ் சொல்லாதவராய் அடுத்தவரைக்
காக்கின்ற கோவாய்க் கருத்தில் மறுவிலராய்
ஏற்குங் குணங்களே யில்லாராய்ப் பாருக்குள்ளே
பாக்கியங்கள் மெத்தப் பருகினராயும் போக
போக்கியத்தில் மெத்த மனம் பூண்டவராய் ஏற்கனவே
முன்னூல்கள் கற்றறிந்த முக்கியராய் யாவரையும்
இன்னாரின் னங்க மென்றே எண்ணுவராய் மின்னே
பழகிப் பிரியாராய்ப் பட்சமுளராய்
அளவில் கலைநூலகராய்க் களவற்ற
மான பரராய் மறுவற்ற வேதியராய்த்
தான தவம் செய்யும் தருமராய் ஞானம்
பொருந்து மனத்தினராய்ப் பூசலில் ராயேன்
விருந்து மின்றைக்கே வந்த தாரமன்றே'

என்று உரைத்தார். அதன்படியே என் மகளைக் காக்கும் நாயகராய் நீரே வந்து நிற்கின்றீர் என்று சொன்ன தாய்க்கிழவி,

"மன்மதனைப் போலே வடிவமுடையவராய்
நன்னெறியே பேசும் நடுவினராய் பொன்னைக்
கொடுக்கும் குணத்தவராய்க்"

என்று தான் சொல்லும் போது சுப்பையர் வெட்கப்பட்டதையும் கிழவி ஓரக்கண்ணால் ரசித்தாள்.

"உத்தமரே நீங்கள் இன்று வந்ததினால் நேரிழையும் உங்கள் வசமானாள்.

இதை உபசாரத்திற்காகச் சொல்லவில்லை சாப்பாடு கூட நான் ஊட்டினால்தான் அவள் சாப்பிடுவாள். அவ்வளவு உலகம் தெரியாதவள். உடலால்தான் வளர்ந்தவளாய்த் தெரிகிறாளே தவிர இன்னும் சின்ன வயசுதான். மிச்சமெல்லாம் நான் சொல்வதென்னே நீங்கள் அவளைப் பார்த்த பிறகு புரிந்து கொள்வீர்" என்றாள்.

சுப்பையர் மயக்கத்தில் இருந்தார். சரிதான் மனிதர் சுத்தமாக மயங்கி விட்டார் என்பதை உணர்ந்த தாய்க்கிழவி அவரை முதலிரவுக்கு அழைத்துச் செல்லும் மணமகளைப் போல அழைத்துச் சென்று பள்ளியறையில் விட்டாள்.

அந்தப் பள்ளியறை.......மன்மதனார் சண்டையிட்டுத் தோற்கும் போர்க்களமல்லவா? எப்படியிருக்கும் மலர் அலங்காரத்தில் மணத்தது. அவரைத் தொடர்ந்து மோகனசவுந்தரியும் உள்ளே நுழைந்தாள்.

எப்படி நுழைந்தாள் தெரியுமா?

தண்டை புலம்பச் சதங்கை கலகலெனக்
கொண்டையதில் சுரும்பு கூத்தாடச் செண்டைப்
பிடித்து இருகைவளை பேச, நுதல்கள்
துடிக்கக் கயற் கண்ணினை சுற்றத்தடித்தனைப்
பதக்கம் பளிச்செனவே பட்டுடையும் சேர்த்து
விதிர்த்து ....மதர்த்துடனே
வஞ்சிதய நெஞ்சிகுழல் மஞ்சிவர வாஞ்சியிவள்
கொஞ்சிமயல் மிஞ்சி வந்து கும்பிட்டாள் அஞ்சலிக்கை

அவளை அந்நிலையில் கண்டவுடன் அப்படியே கட்டியொரு முத்தமிட்டு விளையாடினார் சுப்பையர்.

கண்ணயர்ந்தாள் வேர்த்தாள் கயற்கண்ணிணைச் சிவந்தாள்
எண்ணறுஞ்சேர் பதாபமே புரிந்தாள்

பிறகென்ன அவள் அவரைப் பிரியாதிருக்க வரம் கேட்க, அதை நம்பி அவள் வீட்டில் தங்கி பொருளத்தனையும் இழந்து, திருநகரி ஊர்சபையில் முறையிட்டு அதில் தோற்று, வீடு வந்து சேர்ந்த கதை நூலில் கிடைக்கவில்லையென்றாலும் நாமறிந்ததுதானே!

தாசியர் வகைகள்

இப்படி ஊருக்கு ஒரு தாசி புகழ்பெற்று விளங்கினாலும் இவர்களின் செயல்பாடுகள் யாவும் ஒரேமாதிரியாகத்தான் இருந்தன என்பதை இலக்கியங்கள் எடுத்துக்காட்டுகின்றன.

உலகியலையொட்டிய பழக்கவழக்கங்கள் இந்த தாசியர் வாழ்க்கையிலும் இருந்துள்ளன என்பது விறலிவிடு தூதுக்கள் மூலம் அறிய முடிகிறது. இல்லறத்தாரின் குடும்ப வாழ்க்கையில் பெற்றோர், தலைவன், தலைவி, அவர்தம் மக்கள், அவர்களைச் சார்ந்த சுற்றம் மற்றும் அவர்களின் முன்னேற்றம் என்பதுதான் இல்லறமாக மதிக்கப்படுகிறது.

வரைவின் மகளிரான தாசியர்களுக்கு அத்தகைய குடும்பக் கட்டுப்பாடுகள் எதுவும் இல்லை என்பதையும் கௌரவம் வேண்டி அவர்கள் கோயில் பணி செய்தாலும், ஆடவரை ஆசையில் வீழ்த்தி பணம் பறிப்பதையே தங்கள் முக்கியக் குலத் தொழிலாகக் கொண்டிருந்ததை தூது இலக்கியங்களின் வழி அறியமுடிகிறது.

தாசியர்களில் தேவதாசி, ராஜதாசி, அலங்கார தாசி என்றெல்லாம் வகைகள் உண்டு. இவற்றில் தேவதாசி வகையினர் கோயில்களில் பணிபுரிந்தனர். சைவக் கோயில்களில் பணி புரிந்தவர் சிவதாசி என்றும் வைணவக் கோவில்களில் பணிபுரிந்தவர் விஷ்ணுதாசி என்றும் அழைக்கப்பட்டனர்.

ராஜதாசி என்பவர்கள் அரண்மனைகளில் பணிபுரிந்தனர், அலங்கார தாசி வகையினர் பொதுமக்கள் பயன்பாட்டுக்கு இருந்தனர். இவர்கள்தான் விறலி விடு தூதின் நாயகியர்.

●●●

6. தேவதாசியர்களின் வாழ்க்கை நிலை

குடும்ப உறவுமுறை ஏதுமின்றி தனிநபராக கோவில் பணி செய்தல், அரண்மனை ஊழியம் செய்தல் முதலிய முழுநேர பணி காரணமாக தேவதாசியர் சமுகத்தில் தனி நிலையங்களாக இருப்பது போல தோற்றம் அளித்தாலும் அவர்கள் பின்னணியிலும் அவர்களுக்கென்று ஒரு குடும்பம் இருந்ததை இலக்கியங்கள் தெளிவுபடுத்துகின்றன.

இலக்கியங்களின் கதாநாயகியாக தாசியை அறிமுகப் படுத்தும் அதே வேளையில் அத்தாசியர்க்கு ஒரு தாயையும், அந்த தாசியர்க்கு ஒரு மகளையும் துணை பாத்திரங்களாக அறிமுகப்படுத்தி, அவர்களின் குடும்பப் பின்னணியைத் தெரியப் படுத்துகின்றன.

சிலப்பதிகார கதாநாயகியாக கணிகையர் குலத்தைச் சேர்ந்த மாதவியை அறிமுகப்படுத்தும் அதே வேளையில், மாதவிக்கு சித்திராபதி என்ற ஒரு தாய் இருப்பதையும், மணிமேகலை என்ற ஒரு மகள் இருப்பதையும் அறிமுகப்படுத்தப்படுகின்றது. இதே குடும்ப உறவு பின்னணி தான் விறலி விடு தூதுக்கள் உட்பட ஏனைய இலக்கியங்களிலும் காட்சிப் படுத்தப்படுகிறது.

சமூகப் பின்னணியில் அவர்கள் வேறுபட்ட வாழ்க்கைச் சூழலில் வாழ்ந்தாலும், ஏறத்தாழ வேலை செய்யும் குடும்பப் பெண்களைப் போலவே பாசமுள்ள வாழ்க்கையைத்தான் அவர்களும் துவக்குகின்றனர்.

தேவதாசியரின் குடும்பத்தின் தலைவியாக தாசி இருப்பாள். ஆனால் அவள் குடும்பத்தில் தலைவன் இருக்கமாட்டான். அப்படியே தப்பித்தவறி இருந்தாலும் அவன் குடும்பத்தின் தலைமைப் பொறுப்பைக் கோரமுடியாது. பணியாளனாகத்தான் அங்குத் தங்கியிருக்க முடியும். ஆதியில் இருந்த தாய்வழிக் குடும்பத் தலைமை முறையின் தாக்கம் தான் இது.

குடும்பத்தின் அனைத்து முடிவுகளையும் தலைவிதான் எடுப்பாள். அவளுக்கு வழிகாட்ட அந்தக் குடும்பத்தின் மூத்த உறுப்பினராக அவளது தாய் இருப்பாள். அவளைத் தாய்க்கிழவி என்று இலக்கியங்கள் அறிமுகப்படுத்துகின்றன.

இவள்தான் தாசியர் குடும்பத்தின் சூத்திரதாரி இவள் சொல்லுகிறபடிதான் மகள் தன் வாழ்க்கையை அமைத்துக் கொள்ளமுடியும். இஃது காலம் காலமாய் நடைமுறையில் இருந்து வந்துள்ளதை சிலப்பதிகாரத்திலும், மணிமேகலையிலும் அறியமுடிகிறது.

குழந்தைப் பேற்றிலிருந்து கடைசி காலம் வரை அறிமுகமாகும் அந்தத் தாயின் பாத்திரம்தான் தாசியரின் முழு வடிவத்தையும் உணர்த்தும் பாத்திரமாக அறிமுகமாகிறது. மற்றபடி மகள் பாத்திரமானது தாய் ஆட்டுவித்தபடி ஆடும் பாவையாகவே சித்தரிக்கப்படுகிறது

தாசியரின் முழு வாழ்க்கையைப் பற்றி ஆராய்ச்சி செய்ய வேண்டுமென்றால் இந்தத் தாய்க்கிழவிப் பாத்திரத்தை ஆராய்ச்சி செய்தாலே போதுமானது. இந்த ஒரு பாத்திரத்தின் வாயிலாகவே அவர்களின் முழு சமுதாயச் செய்திகளையும் அறிந்து கொள்ளலாம்.

தாசியானவள் குலவழக்கத்திற்கு மாறாக குடும்பப் பெண்ணாக வாழ ஆசையைப்பட்டாலும், அல்லது அவளது வாரிசை இல்லற வாழ்க்கைக்கு உட்படுத்தினாலும், அன்றைய சமுதாய சூழலில் அது முடியாத காரியம் என்பதை சிலப்பதிகாரமும் மணிமேகலையும் தெளிவாக்குகின்றன.

தாசியர் குலத்தில் பிறந்ததினால் தனக்குப் பிறந்த மணிமேகலைக்கு குலமகளுக்கான அங்கீகாரம் கிடைக்காது

என்ற காரணத்தினால்தான் மணிமேகலையை மாபெரும் பத்தினியான கண்ணகியின் மகள் என்று மாதவி கூறுகிறாள்.

ஆனாலும் அவளின் தாயான சித்திராபதி அதை ஏற்றுக் கொள்ளாமல் தானும், மாதவியும், அவளது மகளான மணிமேகலையும் பத்தினிப் பெண்டிர் அல்ல என்று கூறி குலத்தொழிலைத் தொடரச் சொல்கிறாள்.

இது தாசியர் குலத்தில் பிறந்தால் அவள் கடைசிவரை தாசியாகவேதான் இருக்க வேண்டும் என்று சமுதாயம் ஏற்படுத்திய விதியையும், அவர்கள் தங்கள் குலவழக்கத்திலிருந்து வழுவி, மாறுபட்ட வாழ்க்கையை வாழவிரும்பினால் அதற்காக தண்டனைகளையும் அவர்கள் அனுபவிக்க நேரிடும் என்பதையும் தெளிவாக்குகிறது.

●●●

7. தேவதாசியரின் குடும்ப நிலை

பெண்கள் பெறுகின்ற பேறுகளில் தாய்மைப்பேறு என்பது மிக முக்கியமானதாகக் கருதப்படுகின்றது. எத்தனை செல்வங்கள் பெற்றிருந்தாலும் குழந்தைப்பேறு இல்லையென்றால் வாழ்க்கையில் எந்தப் பயனும் இல்லை. தான் வாழ்ந்த வாழ்க்கைக்கு அடையாளமாக விட்டுச் செல்வது தன்னுடைய வாரிசைதானே.

தேவதாசி என்றாலும் அவளுக்கும் தனக்கொரு வாரிசு வேண்டும் என்ற ஆசை உண்டு. அவளின் அந்த ஆசை சற்று வித்தியாசமானது. சாதாரணமாக இல்லறத்தில் இருப்பவர்கள் தன் குலம் தழைக்க தனக்கொரு ஆண்வாரிசு வேண்டும் என்று தவமாய் தவமிருக்க, தேவதாசிகளோ தன்குலம் தழைக்க தனக்கு ஒரு பெண்வாரிசு வேண்டும் என்று தவமாய் தவமிருப்பதை இலக்கியங்கள் தெரிவிக்கின்றன.

தேவதாசியர் தனக்கொரு பெண் வாரிசு வேண்டும் என்பதற்காக வேண்டும் வேண்டுதல்களையும், இருக்கும் நோன்புகளையும், தெய்வ வழிபாடுகளையும் விறலி விடு தூதுக்கள் விரிவாகவே எடுத்துரைக்கின்றன.

விறலிவிடு தூதுக்களில் குடும்பத்தின் தலைவியாக அறிமுகமாகும் தாசியானவள் குழந்தைப் பேறு வேண்டி நோன்பிருத்தல், கனவு காணுதல், அந்தப் பெண் குழந்தைக்குச் செய்யும் சிறப்புகள், குழந்தைக்கு அணிகலன்கள் இடுதல்,

சர்க்கரைப் பிட்டு வழங்குதல், குழந்தைக்கு வித்தை பல கற்பித்தல், பருவக் குறி கண்டறிதல், தாசியர் தொழிலில் ஈடுபடுவதற்கான வழிகாட்டும் நெறிமுறைகளைப் போதித்தல், அரங்கேற்றம் செய்தல், வசிய மருந்து தயாரித்தல், தாசியரின் பணிப் பெண்கள், தாசியரின் தாயை வசீகரப்படுத்துதல், பண்டிகை நாட்களுக்குப் பரிசு கேட்டல், வழக்காடு மன்றம், ஆடவர்கள் தாசியிடம் கைப்பொருள் இழந்தமை, தாசிப் பெண்களுக்கு வள்ளல்கள் அளித்த பரிசுகள், தாசியரின் பள்ளியறை ஒப்பனை, இசை, நாட்டியம், தாசியரின் சேலை வகைகள், வழிபாடுகள் போன்ற பல செய்திகள் தாசியரின் சமூகவாழ்க்கை நிலையைத் தெரிவிக்கின்றன.

தேவதாசியரின் முழுகுடும்ப வாழ்க்கை நிலையையும் பதிவு செய்யும் நூல்களாக விறலிவிடு தூதுகள் இருக்கின்றன.

தாசியர் பிள்ளைப் பெற்றுக்கொள்ளும் பருவம்

பெண்கள் சாதாரணமாக தங்கள் உடலில் வலு இருக்கும் இளமை பருவத்தில்தான் குழந்தை பெற்றுக் கொள்ள ஆசைபடுவர். ஆனால் எந்த தாசியரும் நல்ல இளமைப் பருவத்தில் பிள்ளைப் பெற்றுக் கொள்ள விரும்புவதில்லை. ஏன் என்றால் அந்த இளமைதான் ஆடவர்களைக் கவர்ந்திழுக்கும் அவர்களின் முதலீடு. இளமையில் பிள்ளைப் பெற்றுவிட்டால் எந்த ஆடவன் அவள்மேல் ஆசை கொள்வான்? யாரும் திரும்பிகூட பார்க்க மாட்டார்கள். ஆகவே எந்தக் காரணம் கொண்டும் அவர்கள் இளமையில் கர்ப்பமடைய ஆசைப்படமாட்டார்கள்.

ஆனாலும் அவர்களுக்கும் எல்லாப் பெண்களைப் போலவே தாய்மையின் மீது தனிஆசை உண்டு. அதனால் தங்கள் முதுமைக்கு ஒரு துணை வேண்டும் என்பதற்காகவும், தங்கள் வம்சம் தழைக்க வேண்டும் என்பதற்காகவும் இளமைப்பருவம் முடிவுக்கு வரும் பருவத்திலேயே கர்ப்பமடைய ஆசைப்படுவார்கள்.

'...தாழை
காற்றடிக்க பூத்த கதைபோல சாற்றும்
அரிவை தெரிவைகடந் தப்பால் நடக்கும்

பருவத்தே கற்பம் படைத்தாள் 18

என்று தாசியர் கர்ப்பம் அடையும் பருவத்தை கூளப்பன் விறலி விடு தூது தெரிவிக்கிறது.

மகப்பேறு எய்த சரியான பருவம் அரிவையும் தெரிவையும் ஆகும். அரிவை என்றால் இருபது வயது முதல் இருபத்தைந்து வயதுக்குட்பட்ட பருவம். தெரிவை என்றால் இருபத்தாறு வயது முதல் முப்பத்தொரு வயதுக்குட்பட்ட பருவம். ஆனால் தாசியர் பிள்ளைப் பெற்றுக் கொள்ள ஆசைப்படும் காலமோ அதையும் கடந்த பருவம்.

அதாவது சாதாரணமாக பெண்கள் பிள்ளைப் பெற்றுக் கொள்வதற்கு சரியான காலம், இருபது வயது முதல் முப்பத்தொரு வயதுக்குள் என்பர். அதற்கு மேல் என்பது உடல் ஒத்துழைக்கும் நிலைமையைப் பொறுத்தது.

ஆனால் தாசியர் அதையும் கடந்த ஒரு பருவத்திலேயே பிள்ளைப் பெற்றுக்கொள்ள ஆசைப்படுவர். அது,

முப்பத்தொரு வயதுக்குமேல் உள்ள பேரிளம்பெண் பருவம்.

அந்தப் பருவம்,

ஒருவரும் ஆசைப்படாத கிழப் பருவம்.

அது,

'வேறொருவர் கண்டு விரும்பாத நாள்'

பொதுவாக அந்தப் பேரிளம் பெண் பருவத்தில் உள்ள தாசிப்பெண்களை நாடி ஆடவர் யாரும் வரமாட்டார்கள். அது ஒருவரும் ஆசைப்படாத கிழப்பருவம். அதனால் தான் அந்த வயதில்தான் அவர்கள் கர்ப்பமடைகிறார்கள் என்பர்.

அது 'காலமல்லாத காலத்தில் தாழை பூப்பது போன்றது என்றும்' தலைமுடியில் இருக்க வேண்டிய கறுப்பு நிறம் கீழிறங்கிச் சாய்ந்து தொங்கும் மார்பில் இறங்கியது போல் கருப்ப குறி காணப்படுகிறது. என்றும் காலமல்லாத காலத்தில் தாசி கருப்பம் தரித்ததை கூளப்ப நாயக்கன் விறலி விடு தூது பகடி செய்கிறது.

'நரைவீழ்
தலையிற் கறுப்பிறங்கிச் சாய்ந்ததெனத் தொங்கும்
முலையிற் கறுப்பு முதிர'

இதனை சேதுபதி விறலி விடு தூதும்

"மாப்பழுக்கும் நாளையிலே
பூப்பதுபோல் கர்ப்பம் பொருந்தினாள்" 19

மாமரத்தில் பழம் பழுக்க வேண்டிய காலத்தில் பூ பூப்பது போல, தாசியர் காலம் கடந்து உதிரப்போக்கு நிற்கும் காலத்தில் கர்ப்பம் தரிக்கின்றனர் என்று கேலி செய்கிறது.

பூவாத காலத்தில் பூத்தது போல் பாவைநல்லாள்
பேதை, பெதும்பை மங்கை பேசு மடந்தையோடு
தீதில் அரிவை தெரிவை என ஓதும்
பருவம் போய் ஏழாம் பருவத்தில் சங்கில்
ஒருவெண் தாளம் உற்ற(து) ஒப்பக் கருவந்து
சூலாகினாள்

தாசியர்கள் நோன்பிருத்தல்

அந்த வயதில் பிள்ளைப் பெற்றுக் கொள்வது என்பது கொஞ்சம் ரிஸ்க் தான் என்றாலும், அவர்களின் முதுமைக்கு ஒரு துணை வேண்டுமே! அதனால் எப்படியாவது பிள்ளைப் பேறு உண்டாக வேண்டும். அதிலும் பெண்பிள்ளையாகப் பிறக்க வேண்டும் என்பதுதான் அவர்களின் விருப்பமாக இருந்தது. அதற்காக எத்தகைய கடுமையான நோன்புகளையும் நோற்பதற்குத் தயாராயிருந்தார்கள்.

திருவில்லிப்புத்தூர் ஆண்டாள் சன்னதியில் இசைக்கு ஏற்ப நாட்டியம் ஆடும் நாட்டியப் பெண் ஒருத்தி, தனக்குக் குழந்தை வேண்டுமென்பதற்காக மேற்கொண்ட நோன்பை

அழுக்குக்குடுத்துக் கோடிதெய்வ மாசரித்துக் கோது
முழுக்கு விட்டு நோன்பு முடித்து

என வரும் மூவரையன் விறலி விடு தூது எடுத்துக் காட்டுகிறது. அழுக்கு ஆடை அணிந்து, மயிர் வகிர்ந்து, முழுகுதல் விட்டு, தவத்தினை இடையில் விட்டு விடாமல் காரியம் கைகூடும் வரை நோன்பினைக் கடைபிடிக்கும் வழக்கம் இருந்துள்ளதை இது தெரிவிக்கிறது.

நண்ணாவூர் சங்கமேசுவரர் வேதநாயகி அம்மன் பேரில் விறலி விடு தூதுவில் மணமாலை என்னும் தாசி குழந்தை இல்லாமல் வருந்திப் பல நோன்புகள் இருந்ததைத் தெரிவிக்கிறது. சஷ்டியில் விரதம் இருந்தால் பிள்ளைப்பேறு கிடைக்குமென்று அவள் முருகனுக்கு விரதம் இருக்கிறாளாம். பிள்ளை வரம் வேண்டி நண்ணாவூர் வேதநாயகி சன்னதியின் முன்பு தவம் கிடக்கிறாள். திங்கள், வெள்ளிக் கிழமைகளில் இரவும் பகலும் ஈஸ்வரனை வழிபடுகிறாள், வரிசையாகத் திருவிளக்கு வைத்து வேண்டுகிறாள், குறிகள் பல கேட்டும், காணிக்கைக் கட்டியும் வேண்டுகிறாள், யந்திரக் காப்பைத் தாயத்தாக்கி கழுத்தில் அணிகிறாள், மந்திரிக்கப்பட்ட திருநீற்றினைப் பூசி விரதம் மேற்கொள்கிறாள்.

கோவில்களைக் கண்ட போதெல்லாம் கும்பிட்டு அடி பணிகிறாள், தானங்கள் பல செய்கிறாள், நந்தவனங்கள் அமைக்கிறாள். குழந்தை உருவாக மருந்து உண்கிறாள்.

இதனை

கண்டியுண்ட மின்னணங்கு கெற்பந் தரித்திடவே
கிண்டி மருந்து கிளறியுண்டு

என்ற வரிகள் புலப்படுத்துகின்றன.

மாணிக்கவல்லி என்னும் பெண் தவமாய் தவமிருந்து குழந்தைப் பெற்றெடுத்ததை சிதம்பரேசுரர் விறலி விடு தூது பின்வருமாறு கூறுகிறது.

நீரில் குளித்து நிலம் மெழுகிச் சோறு உண்டு
பாரத்தவம் கிடந்தும் பக்குவமாய்ஈரத்
துகிலோடு உருச்செபித்துத் தூபம் கொடுத்துத்
தகடொன்று எழுதித்தரித்து

மகள் வேண்டி விரதம் இருக்கிறாள். நீரில் குளித்து, நிலம் மெழுகி மண்சோறு உண்கிறாள். கடுந்தவம் மேற்கொள்கிறாள். ஈரமான உடையுடன் மந்திரங்கள் செபிக்கிறாள். சம்பிராணி புகையிட்ட தகடொன்று எழுதி அணிகிறாள். நல்ல சாத்திரங்களைக் கேட்கிறாள். நல்லவர்களைக் கண்டால் வணங்கித் தோத்திரம் செய்கின்றாள். கடவுளுக்கு வேண்டிய பணிகளைச் செய்து கொடுக்கிறாள். மந்திரித்த நீறு அணிந்து முந்தானையை விரித்து வெறும் தரையில் படுக்கிறாள்.

சங்கரமூர்த்தி விறலி விடு தூதுவில் தாசிப்பெண் மோகனவல்லி மதுரை சொக்கேசர் சன்னதியில் இரண்டு ஆண்டுகள் நோன்பு இருந்ததைக் கூறினாலும் அவள் நோன்பு மேற்கொண்ட முறைகள் குறிப்பிடப்படவில்லை.

தாசிக்குலப்பெண்கள் பெண் குழந்தைக்காகக் கோவில்களில் சன்னதி முன்பு விரதம் இருந்ததை விறலி விடு தூது நூல்கள் எடுத்துக் காட்டுகின்றன.

அழுக்கு ஆடை அணிந்தும், தரை மெழுகிச் சோறு உண்டும், விளக்குகள் ஏற்றி வைத்தும், விரதங்கள் இருந்தும் குழந்தை உருவாகும் வரை தவம் இருந்துள்ளனர் என்பதை அறிய முடிகிறது. இறைவன்மேல் தாசியர் வைத்திருந்த நம்பிக்கையையும் இது காட்டுகின்றது.

தாசியர் கனவில் நம்பிக்கை கொள்ளுதல்

தாசிக்குலப் பெண்கள் கனவின் மேல் நம்பிக்கைக் கொண்டிருந்ததை விறலி விடு தூது நூல்கள் எடுத்துக் காட்டுகின்றன. தாங்கள் கண்ட கனவுகளுக்கேற்ப நல்லதும். தீயதும் நடக்கும் என்று அவர்கள் நம்பினர்.

கோதைப் பிராட்டியின் முன்பு தவம் இருக்கும் தாசிக்குலப் பெண்ணின் கனவில் குழந்தை பிறக்க ஆண்டாள் அருள் புரிகிறாள்.

கனவு கண்டதும், 'அதிகாலைக் கனவு அப்போதே பலிக்கும்' என்ற நம்பிக்கையில் அப்போதே கண்விழித்தெழுந்து முந்தானையை முடிந்து வைத்துக் கொள்கிறாள். முன்றானையில் முடிச்சுப்போட்டால் அது பதிவாகிவிடுமாம். அவள் நம்பிக்கைக்கேற்ப அவளுக்குக் குழந்தையும் உருவாகி விடுகிறது.

சங்கமேசுவர வேதநாயகி விறலி விடு தூதுவின் நாயகி மணமாலை என்ற தாசிப்பெண் குழந்தைக்காகத் தவம் இருக்கும்போது தூங்கி விடுகின்றாள். அப்பொழுது

> **அற்புதம்போல் செம்பவளம் ஆரோ கையில் கொடுக்க**
> **சொற்பனத்தைக் கண்டு துணிந்தெழுந்தாள்**

கனவு பலிக்கின்றது. பவளம்போல் அழகான பெண் குழந்தை ஒன்றைப் பெற்றெடுக்கின்றாள்.

சங்கரமூர்த்தி விறலி விடு தூதுவில் பரத்தைக்குலப் பெண்ணாகிய மோகனவல்லியின் கனவில் சொக்கேசர் தோன்றி இன்றிரவே உனக்குக் குழந்தை தந்தோம் என்று கூறுவதாகக் கனவு காண்கிறாள். அக்கனவும் பலித்துக் குழந்தை உண்டாகிறாள். கனவைக் கண்ட மகிழ்ச்சியில் மோகனவல்லி, சொக்கேசர் சன்னதிக்குக் காணிக்கையாக 1800 பொன்னும் அணிகலன்களும் அளிக்கின்றாள்.

இன்றே மதலே தந்தோ மென்றிரவில் நன்றாகக்
கனவிலே சொக்கலிங்கக் கடவுளு மிட்டார்
மனமகிழ்ந்து மோகன வல்லி நனவிலே

...
ஆயிரத்தொண்ணூறு பொன்னி லாதி சொக்கர் தமக்
கேயிணக்க மானநகை யீந்து

என்று குறிப்பிடப்படுகிறது.

பெண்குழந்தைக்கான அறிகுறிகள்

கர்ப்ப காலத்தில் ஒவ்வொரு பெண்ணுக்கும் தனக்குப் பிறக்கப் போவது ஆணா, பெண்ணா என்று அறிந்து கொள்வதில் ஆர்வமிருப்பது போலவே தாசியர்க்கும் தனக்குப் பிறக்கப் போவது பெண்குழந்தைதானா என்று அறிந்து கொள்வதில் ஆர்வமிருக்கிறது. தனக்கு பெண்குழந்தைதான் பிறக்கும் என்ற அசைக்க முடியாத நம்பிக்கையும் இருக்கிறது. அதனை கர்ப்பகால அறிகுறியைக் கொண்டு உறுதியும் செய்து கொள்கிறாள்.

நண்ணாவூர் தூதில்

'ஆரேழுத் திங்கள் அடவான கொர்ப்பமதில்
மீறு கொங்கை சற்றே சிரங்குனிய யேறாமல்
போத வலதுமுலைப் பெட்டகம்போ லேசிறுத்து
மோது மிடது முலைபருத்த ஆதரவைக்

கண்டாள் குறிப்பதனி லக்க மணிபோலப்
பெண்ரூபம் உண்டாமெனவே உறுதிகொண்டாள் ஒண்டொடியாள்' 20

என்று வலது பக்க மார்பு பெட்டகமாய் சிறுத்து, இடது பக்க மார்பு பெருத்திருந்தால் பெண் குழந்தையென்று நிச்சயித்துக் கொள்ளும் முறை கூறப்படுகிறது. இதனை மூவறையன் தூதும் உறுதிப்படுத்துகின்றது.

பொருள் வழங்கும் மரபு

நமக்கு ஏதேனும் நல்லது நடந்தால் அந்த மகிழ்ச்சியைப் பகிர்ந்து கொள்ள விருந்து கொடுப்பது பழக்கம். தாசிகளும் தங்களுக்கு நல்லது நடக்குமானால் இத்தகைய விருந்துகளுக்கு ஏற்பாடு செய்திருப்பதைக் காண முடிகிறது.

பெண் குழந்தை பிறக்கும் என்று சோதிடம் சொன்ன வருக்கும், வேதம் ஓதும் அந்தணர்க்கும் நெல் முதலியன கொடுக்கும் வழக்கம் தாசிகள் குலத்தில் இருந்துள்ளதை

மாதிடமாய் பெண் பெறுவை மாதேயெனத் தெளிந்து
சோதிடா யுற்றகுறி சொன்னவர்க்கும் வேதம்
நெடுங்கடவுளோர் தனக்கு நெல் முதலாய் வட்டிக்
கிடங்கடனே போல் தானமீய்ந்தாள்

என்று மூவரையன் விறலி விடு தூது குறிப்பிடுகின்றது. இந்த செயலானது வட்டிக்கு இடும் கடன்போல் இருந்தது என்று கூறப்படுகிறது

பெண் குழந்தை பிறந்த செய்தியை அறிவிக்கும் மரபு

தாசியர் குலப்பெண்கள், பெண் குழந்தையைப் பெற்றெடுக்கவே எப்பொழுதும் விரும்பியுள்ளனர். தனக்கு மகள் பிறந்தால் அவள் தனக்குச் சம்பாதித்துக் கொடுப்பாள் என்று பேராசைக் கொண்டனர்.

ஆண் குழந்தை பிறப்பதை தாசியர் விரும்புவதில்லை. எனவே, குழந்தை பிறந்தால், பிறந்தவுடனே பெண் குழந்தைதான் பிறந்துள்ளது என்று மகிழ்ச்சியுடன் அன்னையிடம் அறிவிக்கும் பழக்கம் தாசியர் குலத்தினிடையே வழக்கத்தில் இருந்துள்ளதை விறலி விடு தூதுக்கள் மூலம் அறிய முடிகிறது.

வலி கண்டு ஒருபத்து மாதமும் சென்று ஈன்றாள்
மெலிவுண்டு சோர்ந்து விழுந்தாள் சில பெண்கள்
பிள்ளையல்ல பெண் என்று பேசும் மொழி மருந்தால்
துள்ளி எழுந்து கையால் தூக்கினாள்

என்பதன் மூலம் மகள் பிறந்த செய்தியே தாய்க்கு மருந்தாகி நின்றதைக் காணலாம்.

தாசிப்பெண்ணுக்கு ஆண் குழந்தை பிறந்தால்

தாசிப்பெண்ணுக்கு பெண் குழந்தை பிறந்தால் சீராட்டி பாராட்டிக் கொண்டாடும் நிலையில், அவர்களுக்கு ஆண் குழந்தைப் பிறந்தால் என்ன செய்வார்கள்? என்ற எண்ணமும் எழுகிறது.

தாசிகளுக்கு ஆண்பிள்ளையால் பயனில்லை. ஆதலால் ஆண் பிள்ளை பிறந்தால் அதனை வீண்பிள்ளை என்று கூறுவர். அதுவே பெண் பிள்ளை பிறந்தால் அதனை வீண் பிள்ளை இல்லை என்று சொல்வார்களாம்.

ஆண்பிள்ளை யேஎன்றார் அப்போதே வேசையிது
வீண்பிள்ளையே இல்லையென்று மீண்டெழுந்தாள் 21

தாசி குடும்பத்தில் ஆண் குழந்தை பிறப்பதை அவர்கள் விரும்பமாட்டார்கள், அப்படித் தவறிப்போய் ஆண் குழந்தைப் பிறந்துவிட்டால்! அந்தக் குழந்தையை அலட்சியத்துடனேயே வளர்ப்பர். வளர்ந்து பெரியவனானால் அவன் தாசிகளுக்கு அடிமையாகத்தான் இருக்க வேண்டும். அவர்கள் இடும் வேலைகளைச் செய்யும் வேலையாளாகத்தான் இருக்க வேண்டும் என்ற கடமை அவர்களுக்கு விதிக்கப்பட்டிருந்தது.

தாசி வீட்டில் ஆண் பிள்ளையாய் பிறக்கும் கொடுமை களையும் தனக்கு வேறு தொழில் செய்யத் தெரியாத நிர்க்கதியையும், ஆண்களுக்குச் சொத்துரிமை இல்லாக் கொடுமைகளையும், அவர்கள் தாசியின் விருப்பப்படி நடக்காவிட்டால் சோறு போடாது வெளியில் விரட்டிவிடும் கொடுமைகளையும் மூவலூர் இராமாமிர்தம்மாள் தாசிகளின் மோசவலை என்ற தன் நாவலில் பதிவு செய்கிறார்.[22]

மற்ற சாதியில் பெண்ணாய்ப் பிறப்பதைவிட மண்ணாய்ப் பிறக்கலாமென்று சொல்வது போல், இந்தத் தாசி சாதியில் ஆண் மகனாய்ப் பிறப்பதை விட மண்ணாய்ப் பிறக்கலாமென்பதை உலகமறியவில்லை போலும் என்று தாசியர் குல ஆணின் அடிமை நிலையினை இந்த நாவலில் பதிவு செய்கிறார் இராமாமிருதம்மாள். ஆண்கள் இந்தச் சாதியில் சுயமாகச் சிந்திக்கும் திறன் இல்லாமல் முடக்கப்பட்டும், அவர்களின் எண்ணப்படி வாழ வழியில்லாமலும் இருக்கின்றனர்.

ஆனாலும் இவ்வினத்தில் ஆணுக்குப் பெண்குழந்தை பிறந்தால் அந்தக் குழந்தை தாசித் தொழிலுக்கு அனுமதிக்கப் படுவதில்லை என்ற வழக்கு முறையினையும் இதில் காணலாம்.

பெண் குழந்தை எனும் பேராசை

பெண்குழந்தைப் பிறந்த செய்தி மட்டுமே தாசியரின் தாய்க்கு மகிழ்ச்சியளிக்கும் விஷயமாக இருக்கிறது. தாய்க்கிழவியானவள் பொருள் சேர்ப்பதையே தன் வாழ்க்கையின் குறிக்கோளாகக் கொண்டவள். அதற்கு யாது செய்தாலும் தவறில்லை என்பது அவள் வாழ்க்கை. அந்தப் பேராசை அவள் குழந்தையைத் தூக்கும் நிலையிலேயே புலப்பட்டு விடுமாம். மடிசீலையில் பணத்தைக் கொட்டி, அதைக் கையில் ஏந்தும்போது எவ்வாறு மகிழ்வாளோ, அப்படித்தான் அப்பெண் குழந்தையைக் கையில் ஏந்தினாள். அப்பெண்குழந்தையைக் கொண்டு ஏராளமான பொருள் சேர்க்க இயலும் என்ற பேராசையே அந்த தாசித் தாயின் முகத்தில் காணப்பட்டது என மூவரையன் தெரிவிக்கிறது.

"மோந்து மடிச்சீலை முதல்கொட்டி கைநிரம்ப
வேந்து மகிழ்ச்சிபோ லேந்தினாள்ஏந்தி
எடுத்து விரகுமிடுஞ் சிலுகுஞ் சூதுங்
கொடுத்து முலையுங் கொடுத்தாள்" 23

பெண்குழந்தையைச் சீராட்டி வளர்த்தல்

குழந்தையை இருகையால் ஏந்தி நறுநீராட்டிப் பூந்துகிலால் உடலைத் துவட்டுகிறாள். ஆசையாகப் பாலுட்டுகிறாள். அன்பாக நெட்டிமுறித்து கண்ணேறு கழிக்கின்றாள்.

இது இல்லறத்தில் எல்லா தாய்மார்களும் செய்கிற செயல்கள்தான்; இதில் ஒன்றும் ஆச்சரியம் இல்லை. ஆனால் இதே செயல்களை தாசியர் செய்யும்போது அது சற்று வித்தியாசமாகவே செய்யப்படுகிறது. ஆம், குழந்தை பெற்ற தாசியரின் செயல்பாடுகள் ஒவ்வொன்றும் அது அவர்களின் குழந்தைக்குத் தொழிலைக் கற்றுக் கொடுக்கும் பயிற்சியாக மாறிவிடுகிறது.

தாசியர் தங்கள் குழந்தைகளுக்குச் செய்யும் ஆசீர்வாதங்களும் கூட சற்று வித்தியாசமானதுதான், தாசியரின் குழந்தைகளுக்கு மட்டும்தான் இத்தகைய ஆசீர்வாதங்கள் கிடைக்கும்.

குழந்தை பிறந்தது முதலே தாசியர் தொழிலுக்குரிய அரிச்சுவடி பாடங்களை அதன் தாய் ஒவ்வொன்றாய் சொல்லித்தர ஆரம்பித்து விடுகிறாள். அது பிள்ளைத் தமிழாக ரசிக்கத் தக்கவை. அந்த பிள்ளைத் தமிழ், இலக்கிய வகைக்கு அப்பாற்பட்டது.

●●●

8. விறலி விடு தூதில் பிள்ளைத்தமிழ்

தூது இலக்கியங்களில் விறலி விடு தூதுக்கள் மாறுபட்ட இலக்கிய வகையாகத் தோற்றம் தருவது போலவே, மாறுபட்ட பிள்ளைத் தமிழ் வகையாகவும் தோற்றம் தருகிறது. இலக்கியம் கூறும் பிள்ளைத் தமிழ் வகையாக விறலி விடு தூதுக்கள் அமையவில்லையாயினும், அந்த இலக்கிய கூறுகள் சிலவற்றை அதில் காணமுடிகிறது.

பிள்ளைத் தமிழ் என்பது புலவர்கள் தமக்கு விருப்ப மானவர்களை குழந்தையாக உருவகித்து, கற்பனை பல அமைய சிறப்பித்துப் பாடும் இலக்கிய வகையாகும். இந்த வகையில் தாசியர்களின் குழந்தைப் பருவம் விறலி விடு தூதுக்களில் பலவாறாக சிறப்பித்துக் கூறப்படினும், தாசியரின் குழந்தை எல்லாக் குழந்தைகளைப் போல கொஞ்சி விளையாடப்படவில்லை என்பதையும், பிறந்தது முதலே அந்தக்குழந்தைக்கு எப்படியெல்லாம் வித்தியாசமாகப் பயிற்சியளித்து வளர்க்கின்றனர் என்பதை விளக்கும் பிள்ளைத் தமிழ் பாடல்களாக விறலி விடு தூதுக்கள் அமைகின்றன.

பொதுவாக தமிழ் இலக்கிய வகையில் பிள்ளைத் தமிழ் என்பது மூன்று மாதம் முதல் இருபத்தொரு மாதம் வரையிலான குழந்தையின் வாழ்க்கைக் காலத்தைப் பத்துப் பருவங்களாகப் பிரித்து பாடுவது ஆகும். இந்தப் பத்துப் பருவங்கள் என்பது ஆண்குழந்தைக்கும், பெண்குழந்தைக்கும் சற்று வித்தியாசப்படும். ஆண்பாற் பிள்ளைத் தமிழானது காப்பு, செங்கீரை, தால், சப்பாணி, முத்தம், வருகை,

அம்புலி, சிற்றில், சிறுபறை, சிறுதேர், என்னும் பத்துப் பருவங்களையுடையது. பெண்பாற் பிள்ளைத் தமிழில் இறுதியிலுள்ள மூன்று பருவங்களுக்கு பதிலாக சிற்றில் இழைத்தல், சிறு சோறாக்கல், ஊசல், நீராடல், கழங்கு, அம்மானை, இவைகளில் ஏதேனும் மூன்று அமையும்.

ஆனால் விறலி விடு தூதில் பெண்பாற் பருவங்கள் வித்தியாசமாகப் பாடப்படுகின்றன.

மாறுபட்ட பிள்ளைத் தமிழ்

குழந்தைப் பருவத்தின் ஒவ்வொரு நிகழ்வுகளும் அதன் தாயை சந்தோஷப்படுத்தக் கூடியவைகளாக அமையும். அந்த சந்தோஷத்தை தாசியர் எவ்விதம் கொண்டாடுகின்றனர் என்பதை வித்தியாசமான பிள்ளைத் தமிழாக விறலி விடு தூதுக்கள் பாடுகின்றன.

நீராட்டுதல்

எல்லோரையும் இவள் காமக்குளிரிலே ஆட்டவல்லவள் என்று, அன்போடு வாசம் மிகுந்த மஞ்சள் நீரை ஊற்றினாள்.

துடைத்தல்

ஏந்தி இருகையில் எடுத்து நறு நீராட்டிப்
பூந்துகிலால் உடலைத் துடைத்தாள்

எப்படித் துடைத்தாள் தெரியுமா?

நாமோ நெஞ்சிலே ஈரமில்லாத (இரக்கமில்லாத) சாதி, நமக்கு உடம்பில் ஈரம் இருக்கலாமா என்று மெல்லிய பூந்துகிலால் குழந்தையின் உடலைத் துவட்டினாள் அந்த தாசி.

உச்சிடுதல்

பிச்சியிலைச் சாற்றுடனே பேய்க்கரும்பின் சாறனைவோற்
குச்சியிது போலிடென்று உச்சியிட்டாள்

சேனைப்பால் தருதல்

பண்டையத் தமிழர்களது பழமையான நம்பிக்கைகளுள் ஒன்று சேனைப்பால் தருவது. அதாவது நற்குணங்கள் நிறைந்த மூத்தவர் ஒருவரை அழைத்து, குழந்தைப் பிறந்த

உடன் சர்க்கரைத் தண்ணீர் அல்லது தேனைத் தொட்டு அதன் வாயில் வைக்கச் சொல்வர், காரணம், அவரின் நற்குணங்கள் அந்தக் குழந்தைக்கும் வாய்க்க வேண்டும் என்பதுதான்.

ஆனால் தாசியரோ தம் குழந்தைக்கு வஞ்சகமும், சூதும், கபடும், பழக வேண்டும் என்பதற்காக அதில் கைத்தேர்ந்த வரான அக்குழந்தையின் தாயாரே அந்தச் சேனைப்பாலைத் தந்து ஆசிகளைக் கூறுகின்றாள்.

செங்கமலவல்லி என்னும் தாசி தன் குலத்தொழில் தன் குழந்தைக்கும் வரவேண்டுமென்பதாக ஆசிர்வதித்து சேனைப்பாலைப் புகட்டுவதாக கூறப்படுகிறது.

"கருடக்
கத்தரிப்பும் சூதும் கவடும் பகடமும்
தித்திரிப்பும் திட்டாந் திரத்தொழிலும் சித்தத்தைப்
பங்கப் படுத்திவைக்கும் பாசாங்கும் வஞ்சமும்பொய்
யும்கலந்து சேனைப்பால் ஊட்டினாள்"

பால் புகட்டுதல்

பிறந்தவுடன் குழந்தைக்கு ஊட்டப்படும் சேனைப்பாலை தாசி புகட்டுகிறாள். பாலை மட்டுமா அந்தக் குழந்தைக்குப் புகட்டினாள், பாலுடன் வஞ்சத் திருட்டும், மருட்டும், அவதானப் புரட்டும், காருடக் கத்தரிப்பும், கவடும், சூதும், பகடும், தித்திரிப்பும், திட்டாந்திரத் தொழிலும், சித்தத்தைப் பங்கப்படுத்தி வைக்கும் பாசாங்கும், வஞ்சகமும், ஆகாசப் பொய்யும் கலந்து புகட்டினாள்.

அணைக்கக் கற்று தருதல்

அன்னை தன் குழந்தைக்குப் பால் கொடுப்பது அதன் பசி தீர்ப்பதற்காக, ஆனால் சங்கர மூர்த்தி விறலி விடுதூது தாசியோ தன் குழந்தைக்குப் பால் கொடுக்கும்போது ஆடவனை எப்படி நெருக்கமாக அணைக்க வேண்டும் என்று கற்றுக் கொடுக்கும் முகமாக பெண் இன்பத்தை அறியாத புதிய இளைஞர்களுக்கு அந்தச் சுகத்தை அறிமுகப்படுத்துவதற்காக அவர்களை இப்படித்தான் அணைத்து கொள்ள வேண்டும், என்று அணைத்துக் காட்டி பால் கொடுக்கின்றாளாம்.

புணரப் பழகாப் புதியோர்க் கிதுபோல்
அணை இப்படி என்றணைத்துக்கணவர்க்குள்
என்றாள் விடார்க்கு முலைஇப்படி மெல்லக் கொடென்று
மூன்றானாள் மெல்ல முலை கொடுத்தாள்

மருந்திடுதல்

நோய் எதிர்ப்பு சக்தி வரவேண்டுமென்பதற்காக சில மூலிகைகளைப் பிழிந்து குழந்தைக்குப் புகட்டுவாள் அதன் தாய். அது கசப்புச்சுவைமிக்க மருந்தாகையால் குழந்தை அதனை உட்கொள்ள மறுக்கும். ஆனாலும் அதன் தாய் பிடிவாதமாக குழந்தையின் வாயினுள் அதனைச் செலுத்தி விடுவாள். "இப்படித்தான் நீயும் முரட்டு ஆசாமி உன்னிடம் வரும் போது உன் வாய்த் தாம்பளத்தை அவன் வாயில் பலவந்தமாக செலுத்தி ஆசையுடன் முத்தம் கொடுத்தாயானால் பிறகு அவன் உன் வழிக்குத் தானே வந்துவிடுவான், என்று சொல்லித் தன் குழந்தைக்கு மருந்து புகட்டிக் காட்டுகின்றாள் அந்த தாசி.

"வலுக் கொண்ட நெஞ்சன் வந்தால் வாய் மருந்தைப்பேற்
செலுத்தென்று சேனை செலுத்தி."

கொஞ்சுதல்

மற்ற தாய்மார்கள் கொஞ்சுவது போல் குழந்தையைக் கண்ணே, மணியே என்று மட்டும் கொஞ்சவில்லை, தன் மகளை எந்தப் பக்கம் சுவைத்தாலும் தித்திக்கும் காமரசக் கரும்பே என்று வித்தியாசமாகக் கொஞ்சுகின்றாள் தாசித்தாய்.

தேனே! கனியே! தெவிட்டாத தெள்ளமுதே!
மானே! என்கண்ணே! மரகதமே!
கண்ணே! என் கண்மணியே! காமரசக்கரும்பே!
பெண்ணே!யாம் பெற்ற பெரும் பேரே! வண்ணக்
குயிலே! மரகதமே! கோமளமே! பச்சைமயிலே!
மயிலே! நான் ஈன்ற பெண்ணே!
என்று துடைமேல் வைத்துக் கொஞ்சினாள்.

கண் மை இடுதல்

மாந்திரிக அஞ்சன மையை கண்களில் தீட்டிக் கொண்டால் பூமியில் மறைந்திருக்கும் புதையல் நம்

கண்ணுக்குப் புலப்படுமாம், அதுபோல செல்வந்தர்கள் செல்வத்தை எங்கெல்லாம் ஒளித்து வைத்திருக்கிறார்கள் என்று தாசி தீட்டும் மை அவளுக்குக் காட்டிக் கொடுத்து விடுமாம், அதனால் அஞ்சனம் போன்ற மையை இப்போதே குழந்தைக்கு கண்ணில் இட்டுப் பழக்குகிறாளாம்; அந்த தாசி.

"வேந்தர் புதையல் வெளியாக்கும் அஞ்சனம் போல்
வாய்த்தவடி வேல்விழிக்கு மையிட்டாள்"

திருநீறு இடுதல்

ஒற்றைப்பிறை போன்ற நெற்றியில் உதித்த மூன்று பிறைகள் போல, அழகாக மூன்று கோடுகளாகத் திருநீற்றையும் இட்டாள்.

பொட்டிடுதல்

"அட்டதிக்கெல்லாம் வணங்க வரனை வணங்கியிற்செய்
பொட்டையிது போலிடென்று பொட்டிட்டாள்."

"சிக்காப்புள்
ஒட்டுக்குள் ளாவதுபோல் பணக்காரர்களுன்
பொட்டுக்குள் ளாக என்று பொட்டிட்டாள்." 24

கன்னியில் பிடிபடாத பறவையைப் பிடிப்பதற்காக வேடர்கள், இணைத்து வைக்கும் பசையில் அது ஒட்டி அகப்படுவது போல ஊரில் உள்ள பெரிய பணக்காரர்களெல்லாம் உன் பொட்டுக்குள் சிக்குவார்களாக என்று சொல்லிக் குழந்தைக்குப் பொட்டிட்டாள்.

ஆசையுடன் வந்த வாலிபர் கைப் பொன்னை எல்லாம் வாங்கக் கையை நீட்டென்று அதன் நடுவே சிந்தூரம் தீட்டினாள். அதன் பின்னர் நிலவில் உள்ள களங்கம் போல் குழந்தையின் கன்னத்தின் நடுவே கறுப்புப் புள்ளியாக பொட்டொன்றும் வைத்தாள்.

நெட்டி முறித்தல்

கொற்றவர் கைப்பொன்னை யெல்லாம்
கொள்ளையடித் தவ்வளவும் சுற்றென்று
நெட்டி முறித்தாள்.

●●●

9. சில பழக்கங்கள், சில வழக்கங்கள்

தாசியர் குழந்தைக்கு, பிறந்த ஐந்தாம் நாள் ஐம்படைத் தாலி அணிவித்தலும், வசம்புக் கட்டுதலும், 7 ஆம் நாள் காப்பு இடும் மரபும், பதினாறாம் நாள் பொன் சங்கால் பால் கொடுத்தல் ஆகிய மரபும் வழக்கத்தில் இருந்துள்ளதை,

எஞ்சா தணைபவரை யிப்படியே கட்டிவிடென்
றஞ்சா நாளஞ்சினை அரைக்கணிந்தாள் - வஞ்சமாய்
மட்டன்றிப் போகிக்கும் வல்லவரை மேலரையிற்
கட்டென்று நல்வசம்பு கட்டினாள் இட்டார்க்கே
அன்பையிது போற்புகட்டென் றன்னை பதினாறாம் நாள்
பொன்சிறு சங்கால் பால் புகட்டினாள்.

என்று சங்கரமூர்த்தி ஐயர் விறலி விடு தூது தெரிவிக்கிறது.

ஐம்படைத்தாலி அணிவித்தல்

பிறந்த ஐந்தாவது நாளில் ஆண்குழந்தைகளுக்கு மட்டுமே ஐம்படைத் தாலி அணிவிக்கும் மரபு தமிழர்களிடையே இருந்துள்ளது என்பதை பழந்தமிழ் இலக்கியங்கள் மூலம் அறிய முடிகின்றது. ஆனால் சங்கரமூர்த்தி விறலி விடு தூது வில் தாசிக்குப் பிறந்த பெண் குழந்தைக்கும் இதனை அரையில் அணிவிக்கப்பட்டதாகக் கூறப்படுகிறது. ஐம்படைத்தாலியை கழுத்தில் அணிவிக்கப்படும் அணிவகையாக இலக்கியங்கள் தெரிவிக்க, தாசியர் தம் குழந்தைகளுக்கு இதை அரையில் அணிவித்ததாகக் கூறுவதிலிருந்து. இதனை அரைஞான் கயிறாகக் கொள்ளலாம். அப்படி அணிவித்த அரைஞான் கயிற்றில்

ஐம்படைத்தாலியின் உருப்படிகள் சேர்க்கப்பட்டிருக்கலாம், தங்களுக்கு ஆண் குழந்தை இல்லாததனால் இவ்விதம் ஆண்குழந்தைகளுக்கு அணிவிக்கப்படும் ஐம்படைத்தாலியைத் தங்கள் பெண் குழந்தைகளுக்கு அரையில் அணிவித்து அழகு பார்த்தனர் போலும்.

வசம்பு கட்டுதல்

கெட்ட ஆவிகள் குழந்தையை நெருங்காமல் இருக்க குழந்தையின் கையில் வசம்பைக் கட்டுவர். 'வஞ்சகமாய் போகிக்க வருபவரை நீயும் இப்படிக் கட்டிப்போட்டு உன்னைப் பாதுகாத்துக் கொள்ளவேண்டும் என்று சொல்லி தாசியர்கள் தங்கள் குழந்தைக்கு வசம்புக் கட்டுவார்களாம்.

பதினாறாம் நாள், பொன்சங்கால் பால் கொடுத்தல்

பதினாறாம் நாள் குழந்தைகளுக்கு பொன் சங்கால் பால் புகட்டுவது வழக்கம். பொருள் அளிப்பார்க்கு மட்டுமே உன்னுடைய உயரிய அன்பை இப்படித் தெரிவிக்க வேண்டும் என்று வாழ்த்தி குழந்தைக்குப் பால் புகட்டினார்களாம்.

தொட்டில் போடுதல்

குழந்தையைத் தொட்டிலில் இடுகின்ற பொழுது எல்லோரும் குழந்தை நீடுழி வாழ வேண்டும் என வாழ்த்துவர். ஆனால் தாசிகளோ, தன் குழந்தையை, 'உன்னை நம்பி வருபவர்களை உன் அழகைக் காட்டி மயக்குவாயாக' என்று வாழ்த்தி தொட்டிலில் இடுவார்களாம்.

வயோதிகளும், வாலிபர்களும் உன்னைப் பார்க்கும் போதெல்லாம் எப்படியாவது உன்னை அடைந்தே தீர வேண்டும் என்ற பேராசையை அவர்களுக்கு உண்டாக்கும் விதத்தில், உன்மேல் ஆசை வைப்பவர் மடியில் இப்படித்தான் நீ ஒய்யாரமாக படுத்துக் கொள்ள வேண்டும் என்று குழந்தையை ஒய்யாரமாய்த் தொட்டிலில் இடுவார்களாம்.

உன்றன் மேல்
இட்டமுடையேன் மடியில் இப்படி படுத்திரென்று
கிட்டவந்து தொட்டிலிற் கிடத்தினாள் 26

தொட்டில் ஆட்டுதல்

சில குழந்தைகள் தொட்டிலைச் சாதாரணமாக ஆட்டினாலே தூங்கிவிடும், சில குழந்தைகள் சற்று முரட்டுத் தனமாக ஆட்டினால்தான் தூங்கும், தாசியின் குழந்தை பிடிவாதம் பிடிக்கும் குழந்தையல்லவா, அதனால் சற்று முரட்டுத்தனமாகமாக ஆட்டச் சொல்கிறது போலும். தாசியும் தம்மிடம் வந்தவரை வீண் வழக்கிட்டு அலைக்கழித்து கூத்தாட்டுவது போல தொட்டிலை வேகமாக ஆட்டும் நிலையை

வீட்டிலே வந்தாரை வீண்வழக்கிட்டிப் படிக்கூத்
தாட்டுவோ மென்று தொட்டி லாட்டினாள் 27

என்று தெரிவிக்கிறது.

தாலாட்டு பாடுதல்

தொட்டிலில் போட்டால் தாலாட்டுப் பாடவேண்டு மல்லவா! யாராவது அடித்துவிட்டால் தான் குழந்தை அழும். குழந்தையை யார் அடித்திருப்பார்கள்? அதை குழந்தையிடமே கேட்டு, அடித்தவர்களைத் தண்டிப்பதாகச் சொல்லித் தாலாட்டுப் பாடுகின்றனர்.

ஆராரோ, ஆரிரரோ, யாரடிச்சு நீ அழுதே,
அம்மா அடிச்சாலோ அல்லிப் பூச் செண்டாலே
அத்தை அடிச்சாலோ அரளிப் பூச்செண்டாலே
மாமன் அடிச்சானோ, மல்லிகைப் பூச்செண்டாலே
யார் அடிச்சு நீ அழுதே!

என்று அழுவதற்கான காரணத்தைக் கேட்டுத் தாலாட்டுப் பாடுவாள் தாய்.

நம் தாய்மார்களுக்குக் குழந்தை அழும் காரணம் தெரியாததனால், யார் உன்னை அடித்தார்கள் சொல்!' என்று கேட்டு என்று, குழந்தையைச் சமாதானப்படுத்த தாலாட்டுப் பாடுவாள் அந்தத் தாய்.

தாசியின் குழந்தையும் அழுகிறது.

ஆனால் குழந்தை ஏன் அழுகிறது என்பதற்கான காரணம் சட்டென அதன் தாய்க்குப் புரிந்து விட்டது.

குழந்தையைச் சமாதானப்படுத்த அவளும் பாடுகிறாள் ஒரு தாலாட்டு.

தாசி பாடும் தாலாட்டு எப்படியிருக்கும்?

சுப்ரதீபக் கவி பாடிக் காட்டுகிறார்

உன் அழகில் மயங்கி உன்னைத் தேடி யார், யார் வரவில்லை என்று சொல்லு, அவர்களை அடித்து உன் முன்னால் அழைத்து வருகிறேன்.

உன்னிடம் வந்து உன் மடியில் செல்வங்களையெல்லாம் கொட்டிக் கொடுக்காதவர் யார்? யார்? என்று சொல்லு அவர்களை அடித்து உன் முன்னால் அழைத்து வருகிறேன்.

உன் அழகில் மயங்கி உன் பின்னால் சுற்றாதவர்கள் யார்? யார்? என்று சொல்லு அவர்களை அடித்து உன் முன்னால் அழைத்து வருகிறேன்.

என்றுசமாதானம் சொல்லி தன் மகளுக்குத் தாலாட்டுப் பாடுகின்றாள் இந்த தாசித்தாய்.

"தேடி உன்பால் வாராதவர் யார் யார்?
வந்துமடிச் சீலைகொட்டித் தராதவர் யார் யார்?
சேர்ந்துனக்குள் ஆசைகொண்டு சுற்றாதார் யார் யார்?

தாலாட்டு ரசிக்கிறதா! இதோ இன்னொரு தாசி பாடும் தாலாட்டையும் கேளுங்கள்.

வாராதாரார் வந்துன் மையலுக்கு ளாகாதா
ராராராரென்று தாலாட்டினாள் 28

குழந்தையாயிருக்கும்போதே தனது மையலில் ஆடவர் யாரும் சிக்கமாட்டுகிறார்களே! என்று குழந்தை அழுகிறதாம். அட......... இதற்காகவா அழுகிறாய் நான் வரச்சொல்கிறேன் பார் என்று தாயானவள் அக்குழந்தைக்கு தாலாட்டை ஆறுதலாகப் பாடுகின்றாளாம்.

நண்ணாவூர் தாசியும் தன் பங்குக்குப் பாடுகின்றாள் ஒரு தாலாட்டு

...நாடிவந்து
தாரார் தவறார் தத்துதந்து நின்சமுகங்

காரார் தவறார் கைகழரார் - போரார
ராராரா வும்பகலும் ஆசைகொண்டு சேராரார்
ராராரா வென்றுதொட்டி லாட்டினாள் 254-255

தாலாட்டுப் பாடும் போது தாய்க்குச் சற்று மூச்சு வாங்குமல்லவா, அப்போது சிறிய இடைவெளிவிட்டு மீண்டும் தன் தாலாட்டைத் தொடருவாள். ஆனால் அப்படி இடைவெளி விடும்போது, தன் தாய் போய் விட்டாளோ என்று நினைத்து, தான் இன்னும் தூங்கவில்லை, விழித்துக் கொண்டுதான் இருக்கிறேன் என்பதைக் காட்ட குழந்தை மறுபடியும் அழுதுகாட்டும், இது பொய் அழுகை.

குழந்தை தூங்காமல் எங்கே விழித்து விடப்போகிறது என்ற பரபரப்பில் மறுபடியும் தொடர்ச்சியாகவே மூச்சுவிடாமல் ஆராரோ பாட ஆரம்பிப்பாள் அதன் தாய்.

ஆராராரார் ரார் ரார் ரோ என்று தொடர்ச்சியாக இந்த ஆரோரோவை மூச்சு விடாமல் தாய் எரிச்சலுடன் தாலாட்டுப் பாடும் அழகே தனி அழகுதான்.

நன்னாவூர் தாசியும் இந்தப் பாணியில் தன் தாலாட்டைத் தொடருகிறாள்.

"கவலைப்படாதே என் மகளே! ஆடவரெல்லாம் உன்னை நாடி வந்து உன் சமூகம் சேருவார்கள் ஆரார்ரார் ரார் ரார் ரார்...

உன்னிடம் வரும் செல்வந்தர் அனைவரும் தன் கைப் பொருளையெல்லாம் இழக்காமல் போகமாட்டார் ராரார் ராரார் ராரார்...

உன்னைச் சேருவதற்காக உன் மேல் ஆசைக்கொண்டு, இரவும் பகலும் ஆடவரெல்லாம் உன்னைத் தேடி வருவார் அழுவாதே, ஆரார்... ராரார்... ராரார்... ராரார்... ராரார்...

என்று பாடி தாசி தொட்டிலை ஆட்டுகின்றாளாம்.

தாசியின் குழந்தை அழுத காரணம் உங்களுக்கும் புரிந்து விட்டதல்லவா.

பெயர் சூட்டுதல்

குழந்தை பிறந்த ஏழாம் நாளில் குழந்தைக்கு கழுத்தில் தங்கச்சங்கிலியும், இடுப்பில் அரைஞானும், கையில் காப்பும், விரலில் மோதிரமும் காலில் கொலுசும், அணிவித்து, எல்லோரும் அறியும்படியாகப் பெயர் வைக்கும் முறை தமிழகத்தில் வழக்கத்தில் உள்ளது.

தாசியர்களும் தங்கள் குழந்தைகளுக்கு இந்தப் பெயர் சூட்டும் விழாவினை வெகு ஆடம்பரமாக, உச்சி முதல் உள்ளங்கால் வரை அணிகலன்கள் பூட்டிக் கொண்டாடியதாக விறலி விடு தூதுக்கள் தெரிவிக்கின்றன.

மதனாபிஷேகத்தின் பெயர் சூட்டு விழாவில் அந்தக் குழந்தைக்கு அணிவித்த அணிகலன்கள் பற்றி சுப்ரதீபக் கவிராயர் "தாமரை போன்ற குழந்தையின் கைகளுக்கு வளையிட்டாள், தோளில் பவளக் கடகமிட்டாள். குத்திப்பொன் அவ்வளவும் கொள்ளையடி என்று சொல்லி காது குத்தி, அதிலே பொன் தளப்பம் இட்டு, தலையில் கொண்டையிட்டு, குப்பி இட்டுக், கொப்பிட்டு, காலில் வெள்ளித் தண்டையிட்டுச் செம்பொன் சதங்கையிட்டு, வெண்தரள மாலையிட்டு, இரட்டைப்படை அரைஞாண் இட்டு, வேலாயுதம் பொறிக்கப்பட்ட நெற்றிச் சுட்டியை இட்டு, கோலச் சிந்தாக்கிட்டு, செம்பவளத் தாழ்வடங்கள் இட்டு, வச்சிர மூக்குத் தளுக்கிட்டு, முத்தமிட்டு, நாக்குளிர அந்தக் குழந்தைக்கு மதனாபிஷேகம் என்று நல்லதொரு கவர்ச்சியான பெயரையும் சூட்டினாள் என்று பெயர் சூட்டு விழாவினை வர்ணனை செய்கிறார் சுப்ரதீபக் கவிராயர்.

அணிமணிகள் சூட்டுதல்

தாசியர் சமுகத்தில் பிறந்த பெண் குழந்தைக்கு அணிகலன்களால் அழகுபடுத்திப் பார்க்கும் வழக்கத்தை சில தூது நூல்கள் சுருக்கமாகச் சொன்னாலும் சில நூல்கள் விலாவாரியாகவே தெரிவிக்கின்றன. தாசியர் பெண் குழந்தைக்கு அணிகலன் அணிவித்து அழகு பார்க்கும் சிறப்புகளை, சேதுபதி விறலி விடு தூது இப்படித் தெரிவிக்கிறது.

நெற்றியில் அழகாய் வெண்ணீறு இட்டு, சிவந்த நிறமுடைய பொட்டு வைத்துள்ளனர். இரு கண்களிலும் அஞ்சனம் தீட்டியுள்ளனர். கன்னத்தில் கறுப்புப் பொட்டு வைத்துள்ளனர். காது குத்தி, பொன்வாளியிட்டுச் சிற்றாடை அணிவித்து, கால்களில் நூபுரத் தண்டையிட்டுள்ளனர். கைகளில் காப்பு, தலைக்குக் குப்பி, கால்களுக்குத் தண்டை, தங்கச் சதங்கை ஆகியவற்றை அணிவித்துள்ளனர். கண்டி என்ற அணிகலனை மாலையாக இட்டுள்ளனர். தங்கநெழி, சரியிடி, தக்கை, ஓலை, தங்கப்பதக்கம், கைக்கு வளை, கடகம், மூக்குத்தி, கொத்து முருகு, கொலுசு, சித்திரக்கல் மோதிரம் ஆகியவற்றையும் பெண் குழந்தைக்குப் போட்டுச் சிறப்புச் செய்துள்ளனர்.

தக்கையிட்டாள் ஓலையிட்டாள் தங்கப்பதக்கனிட்டாள்
கைக்குவளை இட்டாள் கடகமிட்டாள் சொற்கடங்கா
முத்துமூக் குத்தியிட்டாள் முப்புவியும் பெற்ற விலைக்
கோத்துமுரு கிட்டாள் கொலுசிட்டாள் சித்திரக்கல்
மோதிரங் கையிலிட்டாள் மோகனமுத் தென்று சொல்லிப்
பேதைக் குலகறியப் பேரிட்டாள்

என்ற வரிகளில் தாசிப்பெண்கள் தங்கள் குழந்தைக்கு அணிவித்த அணிகலன்களைப் பட்டியலிடுகின்றன.

'பூட்டுச் சுருட்டும் புனைசுருட்டும் பொய் சுருட்டுங்
காட்டிச் சருட்டோலை காதிலிட்டாள்'

என்ற மூவரையன் வரிகளில் காதுக்குச் சுருட்டோலை அணிவித்த செய்தி சிறப்புடன் சொல்லப்படுகிறது.

அரைமூடி அணிவித்தல்

அரையில் ஐம்படை ஆபரணங்களை மட்டும் அணிவிக்கவில்லை. அத்துடன் அரைமூடி ஒன்றையும் அணிவிக்கின்றனர். குழந்தை ஆணா அல்லது பெண்ணா என்பதை மற்றவர்கள் உணர்ந்து கொள்ள வேண்டுமென்பதற்காக அதன் அரைஞானில் ஆண்குழந்தை என்றால் ஒரு சிறு மணியும், பெண் குழந்தை என்றால் காதல் சின்னம் வடிவிலான அரைமூடியும் அணிவிக்கும் வழக்கம் உள்ளது.

தாசியர் தங்கள் வீட்டுப் பெண் குழந்தைக்கு அரைமூடி அணிந்த அழகை

சீதமதியைப் பாம்பு தீண்டினப்போல் மாதரசி
அல்குல்தனைக் காட்டா தரைமூடியை அணிந்தாள்

என்று சுப்பையர் அழகு பொங்கத் தெரிவிக்கிறார்.

பிரகாசமாய் ஒளிர்ந்த நிலவை பாம்பு தீண்டினால் இருளாகக் காணப்படும். அது கண்ணுக்குத் தெரியாத அந்த நிலவை கிரகணம் பிடித்தது என்று கூறுவர். அதுபோல அரைமூடி அணிவித்ததனால் அந்தக் குழந்தையின் அழகும் சற்று குறைந்துதான் காணப்பட்டதாம். என்ன குறும்பு பாருங்கள்!

காது குத்தல்

குழந்தைக்கு ஒரு வயது முடியும் முன் அல்லது மூன்றாம், ஐந்தாம் வயதில் காதுகுத்தி கம்மல் போடுவது வழக்கம். ஊர் கொடை விழாவில் தாய்மாமன் மடியில் உட்காரவைத்து, குழந்தையிடம் நம்பிக்கை ஏற்படுத்தும் விதமாக பேச்சுக் கொடுத்தபடியே நாசூக்காக காதில் துளை போட்டு விடுவர். (அதனால்தான் நம்பிக்கையை சம்பாதித்த பிறகு ஏமாற்றிச் செல்பவனை காது குத்திவிட்டான் எனச் சொல்கின்றனர்)

இப்படி காது குத்துவதென்பது கம்மல் அணிவதற்காக மட்டுமல்ல, இது மற்றவரை நீ ஏமாற்றுவதற்கான ஒத்திகையும்கூட,

இப்படி வலிக்காமல் காது குத்துவது போல நீயும் நாளை உன்னை அணைக்க வருபவரை வலிக்காமல் குத்த வேண்டும். எப்படிக் குத்த வேண்டும் தெரியுமா? என்று மார்பில் குத்திக் காட்டினாள்.

கட்டியுனை
நித்தமணை யானுடைய நெஞ்சிலிது போல் முலையைக்
குத்திவிடென் றேகாது குத்தினாள் மற்ற மற்றக்
குத்துவிடமத்தனையும் கோதையிந்த வாறுசொல்லி
முற்றுமெங்கு முற்றி முடித்தனவே சற்றேனும்
அன்பிலா நெஞ்சிலதை வளரிவ் வாறெனவே
வன்பில்லாக் காதை வளர்த்து விட்டாள்

காலுக்கு மிஞ்சியிடுதல்

சாதாரணமாக மணமான பெண்கள் மட்டுமே தாங்கள் மணமானவர்கள் என்பதை அடையாளப்படுத்த காலில்

மிஞ்சி அணிவர். ஆனால் தாசியர் குழந்தையாயிருக்கும் போதே மிஞ்சி அணியும் பழக்கமுடையவர்கள் என்பதை விறலிவிடு தூது தெரிவிக்கிறது. தாசியர் தங்கள் குழந்தையின் கால் விரல்களுக்கு மிஞ்சி அணிந்து அழகு பார்க்கும் அழகை

'மன்பரவும்
வஞ்சியுன்றன் காலிணைக்கு வாய்த்தநகை தாதியரில்
மிஞ்சியிடு மேலெனவே மிஞ்சியிட்டாள்'

என்று சங்கர மூர்த்தி விறலி விடு தூது தெரிவிக்கின்றது.

கை கால்களுக்கு அணி வகைகளிடுதல்

கொஞ்சி விரல்
கைவளையுமிட்டாள் அதன்பிறகு பாடகத்தைப்
பேய்வளைக்கே யிட்டாள் பிரியாமல் பையவே
தண்டையிட்டாள் பொற்சிலம்பு தானுமிட்டாள் பின் சதங்கைக்
கொண்டுமிட்டாள் பாத கொலுசுமிட்டாள் ஒண்டொடிக்குப்
பாதசர மிட்டாள்

சிற்றாடை அணிவித்தல்

குழந்தைக்கு ஐந்து வயதாகிவிட்டது. இனி பள்ளி செல்லும் பருவம். அதனால் அவளுக்கு அரைமூடியை அகற்றி பாவாடை அணிவிக்கிறாள் தாய். இது நிலவை மேகம் மறைத்தது போலிருந்ததாம். முன்பு அரைமூடி அணிந்தபோது நிலவழகை பாம்பு மறைத்தது. பின்பு சிற்றாடை அணிந்தபோது நிலவழகை மேகம் மறைத்தது போல் என்று குறும்புத்தனம் செய்கிறார் சுப்பையா புலவர்.

நல்லரவும் நீங்கிவிட்ட நாழிகையில் - எல்லையிலே
மேகம் மறைப்பதுபோல் மின்றனக்கஞ் சாம் வயசு
மாக அரைமூடியகற்றியே மோகமாய்ச்
சிற்றாடைக் கட்டிவெகு தேச மறிக்கைவிட்டுப்
பற்றாக வைத்துவிட்டாள் பள்ளிக்கே 29

பள்ளியில் பயிலுதல்

ஐந்து வயதில் பள்ளிக்குச் செல்லும் தாசியின் மகள் சகல கல்விகளையும் கற்கின்றாளாம். பதினெண்வகை மொழிகளும் அவளுக்கு அத்துப்படி. ஒரே வரியில் சொல்வதானால் அவள் கல்லாத கல்வியில்லை என்று சொல்லிவிடலாம்.

சரளிசொல்லு முன்னமே சங்கீதங் கற்றாள்
முரளிமுதல் யாழ்தடவி மூட்டுஞ் சரளியெல்லா
மேற்றினாள் வீணைக் கிளப்பினாள்செய்யதுய
ராற்றினா லம்பலத் லாடினாள்கோற்றொடிதான்
கல்லாத கல்வியில்லைக் காணாத காட்சியில்லை
வெல்லாத வித்தையில்லை மேதினிக்கு 30

பாஷையெனச் சொல்லும் பதினெண் வகையுமிந்த
வேசையிடத் துள்ளுதென்று மெய்க்கவே தேசமதில்
இல்லாததெல்லாம் இவள் கற்றாள் கற்றவகை
சொல்லால் அடங்காது தூரமே

தாசி தன் மகளுக்கு வெறும் ஏட்டுக் கல்வியை மட்டும் பயிற்றுவிக்கவில்லை. நடன சாலைக்கு அனுப்பி நடனத்தையும் பயிலுவித்தனர். ஐந்தாவது வயதில் தேவதாசியர் நடனம் கற்கச் செல்வதை இலக்கியங்கள் தெரிவிக்கின்றன.

நடனம் கற்றுக் கொடுக்கும் அறைக்கு சிலம்பக்கூடம் என்று பெயர். இவர்களது நடனப் பயிற்சி விஜயதசமி அன்று ஆரம்பமாகும் என்று கூறப்படுகிறது.

விஜயதசமியன்று சிலம்பக்கூடத்தில் சதுரமாக நெல்பரப்பி குருவானவர் அதில் மாணவியை நடன ஆரம்ப முறைக்கு ஏற்றவாறு அரைமண்டில் நிற்க வைப்பர். பட்டுத் துணியால் சுற்றியிருக்கும் கோல் ஒன்றை பூஜை செய்து, கையில் கொடுப்பர். அக்கோலை நாட்டியத்தில் தேர்ந்த தேவதாசியர் இருவர் இருபுறமும் பிடித்துக் கொண்டு, மாணவியின் கையைக் கோலின் நடுவே பிடிக்கச் செய்து, முதல் அடைவை குருவானவர் மாணவியின் காலைப் பிடித்து, தெய்யா தெய் என்று நெல்லின் மேல் அடித்துக் கற்றுக் கொடுப்பார் என்று விறலி விடு தூதுக்கள் தெரிவிக்கின்றன.

"இன்றிவளை
ஆடவிடச் சாமியனுக்கிரக மாய்ச் சிலம்பக்
கூடமதில் விட்டாற் குணமாமே" 31

"....................................ஆட்டுவிக்கக்
கால்பிடித்த நட்டுவனார் கையைப் பிடித்தழைத்தால்" 32

என்ற வரிகளால் அறியலாம்.

சகலகலா வல்லி

குலவித்தை கல்லாமலே வருமன்றோ! தாசியின் மகளும் ஏழு வயதாகும் போதே பரதநாட்டியம் உட்பட எல்லாவற்றையும் கற்று முடித்துவிட்டாள்.

"சிறியாள் வயதுஏழில்
நற்பரதம் எல்லாம் நடித்தறிந்தாள் 33

பள்ளியில் கற்கவேண்டியதையெல்லாம் கற்றுத்தேர்ந்தாள். இனி அரங்கேற்றம் செய்ய வேண்டியதுதான். ஆனால் அதற்கு அவள் வேறுவகையில் பக்குவப்பட வேண்டுமே!

பருவக்குறி அறிதல்

பெண்களின் கண்கள் துறுதுறு என்று பார்ப்பதை மானின் கண்களோடு ஒப்பிட்டுக்காட்டுவர். ஆனால் தாசிமகளின் கண்கள் குறுகுறுவென்று பார்ப்பதை யானைக்குட்டி பார்ப்பது போல இருக்கிறது என்கிறார் சிற்றம்பலக்கவிராயர். யானைக்குட்டி கீழ்க்கண்ணால்தான் நோக்கும். தாசியின் மகளும் அப்படித்தான் வெட்கத்தால் கீழ்க்கண்ணால் பார்க்க ஆரம்பித்தாள். கள்ளத்தனமத்தனையும் கண்கள் காட்டிவிடுமன்றோ?

யிருதனமும்
நண்ணிப்பு டைக்குமுன்னே ணாகக்குருளை யைப்போல்
கண்ணிற் பரபரப்புங் காட்டினாள் 34

விளையாட்டுப் பருவத்திலேயே உடம்பில் வாசமுள்ள மஞ்சளைப் பூசினாள், கூந்தலில் வாசமுள்ள மல்லிகையைச் சரமாகத் தொங்கவிட்டாள், தன்னுடன் விளையாடுவதற்கு ஆண்பிள்ளைகளை அழைத்தாள், அந்தி சாயுமட்டும் அவர்களுடன் விளையாடினாள். விளையாடும் விளையாட்டில் எல்லாம் தானே ஜெயிக்க வேண்டும் என்று அடம்பிடித்தாள்.

கொஞ்சுபவரை தன் வாள்வீச்சு வரி விழியால் வெட்டினாள். மிஞ்சுபவரை அடிபணிந்து கெஞ்சவைத்தாள். நின்று தளுக்கினாள், நடந்து பிலுக்கினாள், ஓடிக் குலுக்கினாள், பேசுகையில் முத்துக் குலுக்கினாள், வெட்கப்பட்டவள் போல் அடிக்கடி மேலாடையை இழுத்துவிட்டுக் கொண்டாள்.

மோனவித்தை உள்ள முனிவரையும் மயக்கும் கான வித்தை எல்லாம் கரைகண்டாள்.

வளரிளம் பருவத்தில் ஒவ்வொரு பெண்ணிற்கும் எத்தனை ஆண் நண்பர்கள் இருக்கிறார்கள் என்பதில்தான் அவர்களின் அழகின் பெருமை இருக்கிறது என்பார்கள். தாசிப் பெண்ணிற்கு ஆண் நண்பர்கள் அதிகமாக இருப்பதில்தான் பெருமையாம்.

"அங்கண்முன் கூடுமணங் காருடன் சிலநாள்"

பெண்ணிற்கு பெண்ணே பேராசைகொள்ளும் பேரழகெல்லாம் படைத்தவளோ! என்று சிலாகிப்பதும் இதைத்தானோ

பூராயம்

பேசுவதும் கொஞ்சம் பிலுக்குவதும் கிட்டவரக்
கூசுவதும் முத்துக் குலுங்குவதும் வாசமலர்
சூடுவதும் விண்ணாரம் சொல்லுவதும் கானரசம்
பாடுவதும் கண்மருட்டிப் பார்ப்பதுவும் ஆடவரைக்
கொண்டாடிக் கொள்ளுவதும் கூடிவிளை யாடுவதும்
கண்டாள் கிழவி களிகூர்ந்தாள்

மகளின் பருவக்குறி கண்ட தாய் தாசி மகிழ்ச்சி அடைந்தாள்.

அரங்கேற்றம்

நாட்டியம் முடிந்தது, இனி அரங்கேற்றம்தான்

ஒவ்வொரு தாசியும் தான் பணிபுரிகின்ற கோயிலிலேயே ஒரு நல்ல நாள் பார்த்து தன் மகளின் அரங்கேற்றத்தை வைத்துக்கொண்டதை தூது நூல்கள் தெரிவிக்கின்றன.

அதிரூபரத்தினம்	- திருவில்லிபுத்தூர் ஆண்டாள் சந்நிதி
மோகனமுத்து	- திருவிடைமருதூர் நாகலிங்கர் சந்நிதி
மதனாபிஷேகம்	- மதுரை புதுமண்டபம்
சித்திரவல்லி	- திருவாரூர் சிவனார் சந்நிதி
காமரசக் குளிகை கண்ணாடி	- பழனிசிவகிரி வேலவர் சந்நிதி
மோகன சவுந்தரி	- திருச்செந்தூர் முருகன் சந்நிதி

என்று கோயிலில் அரங்கேற்றம் செய்த செய்தி அறியப்படுகிறது.

சர்க்கரைப் பிட்டு வழங்கும் வழக்கம்

பெண் குழந்தைகள் பூப்படைந்தால் சர்க்கரைப் பிட்டு வழங்கும் வழக்கம் தாசியர் குலத்தில் இருந்துள்ளதைச் சிதம்பரேசுரர் விறலி விடு தூது தெரிவிக்கிறது.[36]

தன்னை அறிந்திட்டாள்; சருக்கரைப் பிட்டு ஊர்எங்கும்
அன்னை அறிந்து இட்டாள், அகம் மகிழ்ந்தாள்

எனும் கன்னித் தாசியின் தாய், ஊரில் உள்ள அனை வருக்கும் இனிப்பு வழங்கி மகிழ்ச்சியடைந்தமையைக் குறிப்பிடுகின்றது.

தாசியின் பெண் பெரியவளானதில் அவள் தாய்க்கு மட்டுமா மகிழ்ச்சி, அந்த ஊரில் உள்ள வாலிபர்க்கெல்லாமும் மகிழ்ச்சியாகியது அவள் வீட்டுக்கு கூட்டம் கூட்டமாய் வந்து பரிசு தந்து வாழ்த்திச் சென்ற இளைஞர் பட்டாளத்தைப் பார்த்து தன் மகளுக்கு இவ்வளவு ரசிகர்களா! என்று தாயானவள் அதிசயத்து நின்றாளாம்.

மானும் திரண்டாள் பின் வாலிபர்கள் வந்து வந்து
தானும் திரண்டார் தளந் தளமாய்த் தேன்மொழியாள்
தீர்க்கமும்கா மப்பழக்கச் சித்திரமும் ஆடவர்மேல்
நோக்கமும் தாய்க்கிழவி நோக்கினாள் 37

இந்த ரசிகர் கூட்டத்தை அப்படியே தக்க வைக்க வேண்டுமே! மகளின் காதை கடிக்கிறாள் கிழவி.

காதல் சரசங்கள் செய்தல்

மகள் பெரியவளாகி கற்க வேண்டியதெல்லாம் கற்றுத் தேர்ந்தாலும் காதல் சரசம் செய்ய ஏற்ற நிலையில் இருக்கிறாளா என்பதை தாசியின் தாய் கண்காணிக்க ஆரம்பிக்கிறாள். இதில் காதல் சரசங்கள் செய்ய ஆரம்பிக்கும் வயது பதினொன்றாகக் குறிப்பிடப்படுகிறது.

"பேதைப் பருவம்போய்ப் பெதும்பைப் பருவமதில்
ஓதும் வயதுபதி னொன்றாகி மாதுநல்லாள்
சன்மான மாகச் சரசமொடு வந்தவரைத்
தன்மாம னென்கத் தலைப்பட்டாள்" - நண்ணா 312-313

இதை எப்படி அறிந்துக் கொள்வது ?

தன்னோடு விளையாடும் பெரிய பையன்களை மாமா என்றும், சிறிய பையன்களை மச்சினனென்றும் அழைத்துக் கலாய்த்தாள்.

ஆடவர் தன்னைத் தொடவந்தால் கூசுவது போல பாவனை செய்தாள்.

பேசிக்கொண்டேயிருக்கையில் இடையில் பேச்சை நிறுத்தி பிகு செய்து கொள்வாள். பின்னர் பேசுவதை நிறுத்தி விட்டு கண்ஜாடையாலே சைகை சொல்லி ஏசுவாள். வாசனைத் தைலங்களை பூசிக்கொண்டு வெளியே செல்லுவாள், இளையோரிடம் கொஞ்ச நேரம் கொஞ்சிப் பேசுவாள். பிறகு அவர்கள் இவள்மேல் மயக்கம் கொண்டு பேசும் பேச்சுக்களை ஆர்வமுடன் கேட்பாள்.

ஒன்றுமில்லாத விஷயங்களையெல்லாம் தன்னுடைய புருவத்தை உயர்த்தி ஆச்சரியமுடன் கேட்பாள். அந்த ஆச்சரியத்தில் அவர்களை மயக்கி தன்னுடைய கண்வலையாலே அனைவரையும் கட்டிப் போடுவாள். பொருள் பறிப்பதற்கேற்ற பசப்பு வார்த்தைகளைக் கூறுவாள். சந்தர்ப்பம் கிடைத்தால் வார்த்தையாலே மற்றவர்களை ஏய்த்தும் விடுவாள். *322*

மகளின் கற்பனையெல்லாவற்றையும் நேரில் கண்ட தாசியானவள் மனமகிழ்ந்து அவளுக்குத் தேவையான அறிவுரைகளை வழங்கத் தயாராகிறாள்.

●●●

10. தாசி மகளுக்குக் கூறும் அறிவுரைகள்

தாசியின் தாய் தான் அவளது மகளுக்கு தொழிலின் சூத்திரதாரி ஆலோசனை கூறுகிறேன் பேர்வழி என்ற பெயரில் தாசியை ஆட்டிப்படைக்கும் சர்வ வல்லமைப் படைத்த சர்வாதிகாரி. தாசியை நாடி வரும் காமுகர்களுக்கு சிம்ம சொப்பனம்.

தாசியின் சந்தேகமும் மகளின் பதிலடியும்

மீன் குஞ்சுக்கு நீந்தக் கற்றுக் கொடுத்தவர் யார்?

பாம்பின் குட்டிக்குப் பல் இடுக்கில் நஞ்சை வைத்தவர் யார்?

புளியம்பிஞ்சிற்கு புளிப்பைத் தந்தவர் யார்?

புலிக்குக் கடும் சினத்தைக் கொடுத்தது யார்?

ஆட்டுக்குப் பாய்ச்சலைத் தந்தவர் யார்?

தீக்கு வெஞ்சூடும், நீருக்கு குளிர்ச்சியும்,

பேய்க்குப் பிடிக்கும் பெருந்திறமும்

மாங்காய்க்குப் புளிப்பும், கரும்புக்கு இனிப்பும்,

வெம்புலிக்கு பாயும் விரைவும்,

குரங்குக்கு கொம்பினில் தாவும் குணமும்

கவிஞருக்கு வாக்கும் தந்தது யார்? யார்?

யாரும் கொடுக்கவில்லை அது அதன் இயல்பைப் பிறவியிலேயே கொண்டு வரும்.

அதுபோல தாசியின் மகளான உனக்குப் பொய்யும், புரட்டும் அதுவாகவே ஆதிமொழியாய் வந்திருக்க வேண்டுமே! குலவித்தை கல்லாமல் பாகம் படுமன்றோ! ஆனால் அது மாதிரியான அறிகுறிகள் ஏதும் உன்னிடம் காணப்படவில்லையே!

நட்பாய் சிரிப்பதும், பொய்யாய் கோபிப்பதும் உனக்கு இயல்பாய் இந்நேரம் வந்திருக்க வேண்டாமோ?

சங்கரமூர்த்தி விறலி விடு தூதுவில் தாசியின் ஐயம்

தாதிமகள் தனக்குத் தானே பிரட்டுருட்டும்
ஆதிமொழி யாய் யாரைமே பேதித்தக்
குத்திரமு மித்திரமுங் கூடச் சிரிப்பதுவுங்
கத்துவது மப்போ கலப்பதுவும்இத்திறங்கள் 38

எல்லாம் உன்னிடத்தில் இல்லையே என்றாள்?

மகள் தாய்க்குப் பதில் சொல்கிறாள், "ஏன் எனக்கில்லை?"

இந்த ஊரின் இளைஞர்களெல்லாம் என் பின்னாலே தொடர்ந்து வர அவர்கள் என்னிடம், 'பணமென்ன, தங்கப் பதக்கமென்ன அதெல்லாம் இரண்டாம் பட்சம்தான், உன்னைப் பார்ப்பதுதான் முக்கியம். உன்னைக் காணாமல் உணவு உண்ணவும் முடியவில்லை என்று உன் மகளை அவர்கள் கண்டு ஏங்கும் வண்ணம் சாகசஞ் செய்து

.... **மகளிதற்கு**
கல்லிலே நாருரித்துக் காண்பிப்பேன் - சொல்லினால்
அம்மா வெனவுரைத்தா ள்அன்னையுமப் போமகிழ்வாள்

....
முலையைத் திறவாது முத்தங் கொடாது
கலையைப் பிரியாது கண்ணால் வலையிட்டு
முப்பதி னாயிரம்பொன் மோசமில்லை யானறிய 39

என்று தாயை மிஞ்சிய மகளாகக் கல்லிலே நாருரித்துக் காட்டுவேன் என்கிறாள்.

மகளின் பேச்சில் தொழில் திறமையைக் கண்ட தாயும் "நீ சொல்வதெல்லாம் சரிதான் விக்கிரமாதித்தன் எத்தனை பெரிய புத்திசாலியாயிருந்தாலும் அவனது மந்திரியான பட்டியின்

சொல்கேட்டு நடந்ததினால் அவனது நாட்டை சிறப்பாக பரிபாலனம் செய்ய முடிந்தது. அதுபோல என்னதான் நீ புத்திசாலியாயிருந்தாலும் அன்னையும் பிதாவும் முன்னறி தெய்வம் என்று ஔவை சொன்னதற்கேற்ப அனுபவசாலியான இந்தத் தாயின் பேச்சையும் கேட்பாயானால் வாழ்க்கையில் எச்சரிக்கையாயிருந்து வெற்றியடையலாம்" என்று சொன்ன தாய்கிழவித் தன் அறிவுரையைத் தொடங்குகிறாள்.

அறிவுரைகள் ஆரம்பம்

வேசையர் விருத்தாந்தம் எல்லாம் சொல்லுகிறேன், நமக்குக் காசுதான் புருஷன். வாலிபம்தான் நமக்கு மாப்பிள்ளை. பணம் கொடுப்பார்தான் நமக்குத் தெய்வம் கொடுக்காதவரைத் தீண்டத்தகாத பிணமாக நாம் ஒதுக்க வேண்டும். பணம் கொடுக்கும் சீமான்களுக்கு நம்முடைய வாய்தான் எச்சில் உமிழும் படிக்கம் (பண்டம்) என்று கூறுகிறாள்.

இந்த உலகத்தில் உள்ள ஒவ்வொருவருக்கும் ஒவ்வொரு தொழிலை வகுத்துத் தந்த பிரம்மன், நமக்கு மட்டும் பணக்குவியலைப் பார்ப்பதற்காக வீட்டின் மேல்முகட்டை அண்ணார்ந்த நிலையில் பார்த்துக் கொண்டே படுத்துக் கிடக்கும் தொழிலை ஏற்படுத்தி விட்டானே. என்ன செய்வது?

இந்த இளமை நிலையானது அல்ல, தலையெல்லாம் ஆங்காங்கு நரைத்து, கன்னத்திலும் சுருக்கம் விழுந்தால் நம்மைத் தேடிவந்து யாரும் பொருள் தர மாட்டார்கள்.

ஊடுநரை கண்டுகன்ன மும்சுரித்தால் நம்மைவந்து
தேடிநிதி யார்கொடுப்பார் செல்வமே!

ஆகவே

'தம்பலங்கள் தின்பதற்கும் தப்புமொழி சொல்வதற்கும்
சும்பனங்கள் செய்வதற்கும் சோம்பாதே!' 40

கண் இமைகளுக்கு மை எழுது! கார் கூந்தலை சீவி மினுக்கிக் கொள், கூந்தலில் நறுமணத் தைலம் பூசச் சோம்பி இருக்காதே. மஞ்சள் பூசிக் குளிக்க மறக்காதே, பூக்களைத் தலை நிறைய முடிக்கக் கூச்சப்படாதே, நறுமணக் கலவைச் சந்தனத்தைப் பூசிக் கொள்ள மறவாதே!

மேலாடையை ஒருபுறம் மறைத்து, ஒருபுறம் ஒதுக்கி, அரைகுறையாகத் தெரியவிடு. மேலாடையை வேண்டுமென்றே நழுவ விட்டு, செம்பொற்குடம் காட்டி, பின்பு நடை காட்டி, இடை காட்டி, நயம் காட்டி, இளையோர்களுக்கு ஆசையைக் காட்டுவாயாக.

நிமிர்ந்திருக்கும் இந்த இளமை சாய்ந்து, சரிந்து விட்டால், முகம் சுருக்கம் விழுந்து விட்டால் சல்லிக்காசொன்றும் உனக்குக் கொடுத்து ஆதரிப்பதற்கு யாருமில்லை.

ஆய்ந்த பஞ்சுபோலே நரைவிழுந்து, என்னைப் போல நீ ஆகிவிட்டால் சட்டி சுரண்டி வாழவேண்டிய நிலை ஏற்படும். கட்டழகின் வாலிபத்திலே இருக்கும் நீ, இப்போது பொருள் தேடிவைத்தால்தான் பிற்காலத்தில் மஞ்சத்தில் சாய்ந்து கொண்டு நல்ல உணவை உண்டு பிழைக்கலாம். பொன் தகட்டால் வேலியிட்டு வீடு கட்டலாம்.

நமக்கு முன்னே மதுரைப் பொன்னி, மைசூர் சின்னி, கதிர்காமம் முத்துக்காளி, தஞ்சாவூர் சுப்பி, தாராபுரத்து வள்ளி, வெஞ்சமாக்கூடல் நகர் மீனாட்சி, பரங்கியூர்க் காமாட்சி, சீரங்கம் சேஷீ, சிதம்பரம் தெய்வீ, திருவானைக்காவல் மதங்கி மற்றும் முத்துரத்னவல்லி, சங்ககிரி செல்வி, ஈரோட்டில் முத்து நஞ்சி, வெள்ளோட்டில் மோனத்தி, சென்னிமலை குப்பி, அந்தியூர் காமி, அவினாசி ராமி, காங்கேய முத்தூரில் முத்து மங்கை, சத்தியமங்கலத்தில் புட்டி முதலானோர் பொன்னே புருஷன் என்று போற்றி வாழ்ந்து, வாழ்க்கையில் பொன்னைத்தேடி, நல்ல நிலையில் வாழ்ந்தார்கள். அவர்களைப் போலவே நீயும் கோவிலுக்கு வந்தவர்களைச் கூசாமல் அழைத்து, பணம் பறி.

நாய் விற்ற காசு குரைக்காது. கைத்த வேப்பெண்ணெய் விற்ற காசும் கசக்காது. குருடர் பணத்தில் குருட்டுக்கண் உண்டோ? திருடர் பணம் செல்லாதா என்ன?

செங்கோல் துரைகள் உன்னை சேர்வதற்கு அழைப்பு விட்டால் அவரிடம் தயங்காமல் சென்று, அவரிடம் தோய்ந்து, கரணச் சுரதவிதச் சும்பனத்தில் மனம் மகிழும்படிச் சேர்ந்து கொண்டால் ஆயுள் பரியந்தம் அளவுக்கு பொன்னையும், ஒரு பொன்னாக நினைத்து உனக்குத் தருவதுடன் இரவும் பகலும் மறவாமல் உன் நினைப்பாகவே இருப்பார்கள்.

நாட்டு மணியம் அழைத்தால் மறுக்காமல் அவருடைய சின்னவீட்டில் ஒருநாள் தங்கி, கொடுப்பதை வாங்கிக் கொள்.

பெற்ற தாய்க்குப் பயப்படும் சிறுவர்கள் உன்னை நாடி வந்தால் தைரியமாய் அவர்களையழைத்து, அவர்களுடன் சேராமலே காசைப் பறித்துக் கொண்டு, பஞ்சணையில் கட்டியணைத்து அவர்கள் வீரியத்தைப் போக்கி, அந்த மார்க்கத்தைச் சொல்லாமல் விட்டு விடு.

பெற்றோர்க்குத் தெரியாமல் வரும் பிள்ளைகளை அவர்களின் வாயில் வடு ஏற்படாத வகையில், நகங்கள் மார்பில் பதியாத வகையில் இதமாகச் சுகத்தைக் காட்டி அனுப்பி வை.

அந்தி நேரத்தில் தூரத்தில் இருந்து வீணர்கள் வந்தால் அவர்களிடம் எச்சரிக்கையாய் இருக்க வேண்டும். நம்மிடமே அவர்கள் பொருள் கேட்பார்கள், "நான் உடனே காணிக்கை கட்ட வேண்டிய ஆபத்தில் இருக்கிறேன், உன்னுடைய தண்டையைக் கொடு, உன்னுடைய கண்டியைக் கொடு, உன்னுடைய மாணிக்க மாலையைக் கொடு அவற்றை அடகு வைத்து வரி பாக்கியைச் செலுத்தி விடுகிறேன். அடுத்த மாதம் வரும்போது இவற்றைத் திருப்பி உனக்குத் தந்து விடுகிறேன் என்றெல்லாம் அவர்கள் சொல்லுவார்கள்.

நீ எதற்கும் ஒத்துக் கொள்ளாதே, "என் தாய் ஒரு காந்தாரி, சொடஞ்சூரி. அவள் என்னைச் சும்மா விடமாட்டாள். அவள் சம்மதித்தால், எனக்கும் சம்மதம்" என்று அவர்களிடம் சொல்லு. என்னுடைய வாய்க்குப் பயந்து அவர்கள் எதையும் கேட்காமலேயே போய் விடுவார்கள்.

ஒருவன் இருக்கும்போதே மற்றொருவன் வந்துவிட்டால், அவனையும் விடாதே, தோட்டத்துக்குச் செல்வதுபோல் சென்று, பொருள் பறித்து மீண்டும் வந்து, முதலிலுள்ளவனிடம் காசு பெற வேண்டும்.

யார் யாரிடம் சேரக்கூடாது என்று சொல்வேன் கேட்பாயாக

"...காசற்ற
வீம்பர் தம்மையும், விரகற்ற லோபரையுந்

தீம்பர் தமையுந் திருடரையுஞ் சோம்பரையுஞ்
சேராதே, தத்துவங்கள் தேர்தவரைப் பின்திரும்பிப்
பாராதே கைக்குட் படுத்துவார்" 41

வெட்டிப்பயல்கள் வந்தால், 'உடம்பு சரியில்லை' என்று சொல்லி அனுப்பிவிடு.

குடிகாரர்களுடன் சேராதே.

கள்ளுக் குடித்தவர்க்கும் கஞ்சாக் குடித்தவர்க்கும்
எள்ளளவும் நீசற் றிணங்காதே! 42

திருடர்கள் வருவார்கள், காணாதே, தளுக்கு வித்தைகளைக் கைக்கொள்ள வேண்டும்.

பில்லி சூனியம், ஏவல் கற்றவர்களுடன் எக்காரணம் கொண்டும் பேசிவிடாதே.

வெட்டை கிரந்திக்காரர் வேண்டுமளவு பொன் தந்தாலும் அவர் கிட்டேயே போகாதே, கிளிமொழியே, கைச்சரசம் காட்டும் கருணீகர் வந்தால் அவர்களிடம் கைச்சரசம் எள்ளளவும் காட்டாதே!

கொக்கோகம் படித்துவிட்டு வந்தால் அவருடன் சேராதே.

கொக்கோகர் வந்தாலவ் வாசல்வழி வாராதே

கோக்கோகம் கற்றவர்கள் வந்தால் அவ்வாசல் வழி வராதே. இது செண்டலங்காரன்

..ஓயாமல்
முக்கோடி செம்பொன் முகந்தளந்து தந்தாலும்
கோக்கோகம் பார்த்தவரைக் கூடாதே 43

இது சேதுபதி....

கோக்கோகம் போன்ற காம சிருங்கார நூல்களைப் படித்தவர்கள் வந்து உன் கால்களைப் பிடிப்பார்கள், முழுப்புரட்டுகளைப் பேசுவார்கள், தாம்பூலம் மடித்துத் தருவார்கள், படுக்கையில் இன்ப சுகங்களை உனக்குக் காட்டிடுவோம் என்பார்கள். அப்படிப்பட்டவர்கள் கொள்ளைக் கொள்ளையாக உனக்கு வாரிக் கொடுத்தாலும்

அவர்களை உன் வீட்டிற்குள் நுழைய விடாதே! அவர்களால் உன் தொழிலும் கெட்டு, உன் மனமும் மாறிவிடும்.

முன்பின் தெரியாதவர்கள் வந்தால் உன்னோடு இன்பமாகக் கூடுவதற்கு எழுநூற்று ஒன்பது பொன்னைக் கொட்டி ஒரே முடிப்பாகக் கொடுத்தாலும் அத்தகையவர்களுக்கு இணங்காதே எச்சரிக்கையாயிரு.

முன்பின் தெரியாதவர்கள் உன்னோடு அன்பாகக் கூடுவார்கள். பிறகு, நீ உறங்குவதைப் பார்த்துக் கொண்டிருந்து உனக்கு மயக்கப் பொடியைப் போடுவார்கள். அதன் பிறகு உன் சேலைகளை, பொன், அணிமணி வகைகள் முதல் உன் மதியடிகள் உட்பட ஒன்றுவிடாமல் சுருட்டி எடுத்துக் கொண்டு விடிவதற்குள் ஓடிவிடுவார்கள்.

மாரில் மயிர் முளைத்த மல்லரையும் தேரைகவி
பாராட்டும் வம்பரையும் பச்சிலையி லுண்டைபண்ணிச்
சீராட்டு மந்தத் திருடரையும் நேராகச்
சல்லி விரைக்குஞ் சகண்டி மாண்பரையும்
புலவர் தமையும் பொருந்தாதே நல்லாய்கேள்
வாகடங்கள் கற்ற மருத்துவரை நம்பாதே
மேகனங்கள் சற்றும் மொழியாதே செண்டு

தானே தருவாரைத் தா வென்று கேளாதே
நானேமா னென்பாரை நம்பாதே

பேசிக் கழுத்ததறுத்துப் பித்தாகப் பண்ணுவிக்கும்
தேசத் திருடரையுந் தீண்டாத பேசிவந்து
செட்டிப் பசங்கள் திரட்டிக் கொடுத்தாலும்
மட்டிப் பசங்களுடன் வாழாதே செண்டு 44

உலகத்தில் யாருக்கும் ஒரு காசும் தராத கருமியாக இருப்பவர்கள் தாசி என்ற பேரைச் சொன்னாலே காமப்பேயாகி வேண்டிய அளவு அள்ளி, அள்ளிக் கொடுப்பான். அப்படிப்பட்டவன் கிடைத்தால் அவனைத் தேடிப் போ! விடாதே!

குடியானவர்கள் உன்னிடம் வந்தால் அவர்களிடம் தானியங்களைக் கேள், மாட்டு வண்டிகளில் தானியங்களை அனுப்பி வைப்பார்கள்.

தறி போடும் சேணியன் உன்னிடம் வந்தால், அவனிடம் சேலைகளைக் கேள், அவன் வேண்டிய சேலைகளைக் கொண்டு வந்து குவிப்பான்.

வாசனைப் பொடிகளை விற்பவனை நீ ஒருமுறை அழைத்தால் அவன் காசே வாங்காமல் ஒவ்வொரு நாளும் மணப்பொடிகளை இலவசமாக கொடுத்துக் கொண்டிருப்பான்.

பத்து நவகோடி பசும்பொன் கொடுத்தணைந்த சீமானுக்குக் கூட உன்னுடைய முழுக்கு நாள் எது வரைக்கும் என்பதைச் சொல்லாதே.

ஒருவன் கலவியின்போது மற்றவன் வந்தால், அவனை மாட்டுக் கொட்டகையில் மருவிக் காசு பெற்று அனுப்பிவிடு.

கோவில் தானிகனை உறவு பண்ணிக் கொண்டால், அவனால் நமக்கு நல்ல உணவு கிடைக்கும்.

பூக்காரன் தூதுக்கு உதவுவான்.

நட்டுவனார் வந்தால் நல்லதென்று பேசி மகிழ்ந்திரு.

இது சங்கமேசுவரர் தூது தாசிக்கிழவி

பொன் பத்துத் தந்தாலும் நட்டுவனைத் தள்ளிவிடு இது செண்டலங்காரன் தாய்கிழவி

மத்தளக்காரர் முதலானவர்களுடன் நட்புக் கொள்ளாமல் இருப்பது நல்லது.

மன்மதனைப் போன்ற ஆணழகனாக இருந்தாலும் உன்னிடம் வந்தவன் உனக்குப் பணம் கொடுத்துக் கொடுத்துக் கை இளைத்து ஏழையாகி விட்டான் என்றால் அவனைக் கழற்றி விட்டு விடு.

ஆடவர்மேல் உனக்கிருக்கும் ஆசை புளியம்பழமும் அதன் ஓடும் போல இருக்க வேண்டும். எந்த ஆடவன் மீதும் ஆசைவைத்து ஒட்டி விடக் கூடாது. ஒட்டினால் பணம் பிடுங்கும் காரியம் கெட்டுவிடும்.

"..நீயே
கதியென்று உன்னை வந்து கெஞ்சுவாரை
உன் மிதியடியால் போட்டு விரட்டு"

அவன் போக மறுத்தால், என்னிடம் சொல்.

நான் பார்வைக்குத்தான் பசு, பாய்ந்தால் புலி. ஆகவே கட்டி வராகன் கொடுத்த காவலரும், நமக்குப் பெட்டி வராகன் கொடுத்த பேயர்களும் வெளியே போகாமல் ஒட்டிக் கொண்டு, அந்தி சந்தி வரை காத்திருந்தால் அவர்களை திண்டு, முண்டாய் சாடைப்பேச்சால் பேசத் தொடங்குவேன். அதற்கு அவர்கள் மசியவில்லை என்றால் அவர்களை நெருங்கிப் பாய்ந்து விடுவேன். வேசைமனை அம்பலமா என்ன? வீணரெல்லாம் கூடிப் பேசுகின்றனர். இது ஞாயமில்லை. பெண்மயிலே அவர்களை வாசலிலே போகச் சொல் என்று சொல்லுவேன்.

அப்படியும் அவர்கள் போகாவிட்டால்?

ம்......போகாவிட்டால் அவர்களிடம் கிட்டபோய்,

சோகைத் தடியா! சுடுமுகரா! ஆகட்டும்!
போ! வெளியி லேபோ! பொதுவீடா! நீஇதற்குக்
காவலா! நொப்பமார் காணியா! பாவியிது
சத்திரமா! என் வீடு சந்தையா!

என்று அதட்டிப் புத்தி சொல்வேன்.

சரி, அப்படியும் போகாவிட்டால்?

மெத்த மெத்த ஏசுவேன்.

பின்னும் இருந்தால்?

நாயை அவிழ்த்து விட்டு விரட்டுவேன்

அப்படியும் சட்டை செய்யாவிட்டால்?

இருக்கவே இருக்கிறது விளக்குமாறு, அதை கையில் எடுக்கிறேன், ரோசமற்ற மொல்லைகளை தூர விரட்டுகிறேன் என்று மகளுக்குத் தைரியம் சொல்கிறாள் தாய்க்கிழவி.

உள்ளூர்காரர்கள் உன்னிடம் வந்தால் ஒரு காசு கொடுத்தாலும் அதைத் தள்ளி விடாமல் வாங்கிக் கொள்! ஒவ்வொரு நாளும் வாடிக்கையாக வந்து கொண்டிருப்பார்கள்.

ஊர் அடங்கியபின் சிலர் ஊமைபோல் வருவர், அவர்களது வீரியத்தை தானே விட்டுவிடுமாறு செய்ய வேண்டும்.

உள்ளூர் தலையாரி முதலானவர்களிடம் நட்புக் கொள்ள வேண்டும்.

தாசியிடம் காசு பறிப்பதென்ற கொள்கையுடையாரிடம் எச்சரிக்கை கொள்ள வேண்டும்.

வாசியூரில், குப்பி வீட்டில், ஒரு கோடாங்கிப் பயல் வந்து, அவளுடைய காசு, பணம் எல்லாம் பறித்துக் கொண்டு, அவளுக்கும் நோய் கொடுத்து விட்டான். அதே ஊதாரி என்னிடம் வந்தான்.

எச்சரிக்கையுடன் நடந்து கொண்டேன். அவனை நான் விஷ்ணுகிரந்தி முதலான பொருட்களால் செய்த ஆள் முழுங்கிப் பொட்டு வைத்துக் கொண்டு, சொக்குப்பொடி போட்டு மயக்கி விட்டேன். அவன் பொருளைக் கொள்ளைக் கொண்டேன். அவனை ஓட்டாண்டி ஆக்கி விட்டேன். அந்த வசியப் பொட்டும், வசிய மருந்தும் உனக்கு வேண்டுமென்று வைத்திருந்தேன், இந்தா!

எனக் கொடுத்து விட்டு மேலும் தொடருகிறாள்.

சாதிகுலம் பாராதே, கூன், குருடு வந்தால் பணத்தை மட்டும் பறித்துக்கொள், என்று அறிவுரைகள் கூறினாள்.

மாந்திரிகம் செய்பவரிடம் பொன் எதுவும் வாங்காதே.

தலைவர்கள் ஆள்விட்டு அழைத்தால் வலியப் போய் மேவிவிடு அதனால் நமக்குச் சலுகைகள் அனேகம் கிடைக்கும்.

கூளப்ப நாயக்கன் காதலில் தாசி கூறும் அறிவுரைகள்

யார் வந்தாலும் வந்தவர் யாரென்று பதமாக விசாரி.

அவன் தாத்தா பணக்காரன் என்றால் நீ அவனை விட்டு விடாதே. அவனுக்கு அவன் தாத்தா பொருள் சேர்க்கப்பட்ட துன்பங்கள் தெரியாது அள்ளி அள்ளிக் கொடுப்பான்.

தகப்பன் தேடி வைத்த சொத்தை அனுபவிப்பவன் வந்தால் அவனை ஒரு வாரத்திற்குள் அனுப்பி விடு. ஏனென்றால் அவனுக்குத் தந்தைபட்டத் துன்பங்கள் தெரியும்.

வந்தவன் தன் உழைப்பால் பணக்காரன் ஆனவன் என்று தெரிந்தால் அவனை வாசல் நடையில் கூட ஏற்றாதே; அவன் ஒவ்வொரு காசுக்கும் கணக்குப் பார்ப்பான். அவனால் எந்தப் பயனும் இல்லை.

அரசாங்க உத்தியோகத்தில் இருப்பவன் தேடி வந்தால், உனக்குச் சுகமில்லை என்று சொல்லி அனுப்பிவிடு. அவன் ஒரு காசு கூடத் தரமாட்டான்.

கை நகத்துக்குள்ளே மிளகு பொடி வைத்தவளே வேசை

உன்னிடம் வருபவர்கள் பேசும்போது எந்தக் காரணம் கொண்டும் வேறொருத்தியின் பேச்சை எடுக்க விடாதே, அது அவனது மனைவியானாலும் சரி, அப்படி அவர்களது பேச்சு வந்தால், சட்டென்று பேச்சை மாற்றிவிடு. இல்லையென்றால் விம்மியழு, கண்ணைக் கசக்கு, மனிதன் மனம் உருகுவான். இல்லையென்றால் அந்த நேரத்தில் உன்னுடைய முக்கியத்துவம் குறைந்து போய்விடும். அழுகை வருவதற்கு, கண்ணில் எரிச்சல் வருவதற்கேற்ப மிளகுத்தூளை கைந்நக இடுக்கிற்குள் எப்போதும் தயாராக வைத்திரு. அழுவதற்குத் தயாராக எப்போதும், கை நகத்துக்குள் இரகசியமாக மிளகு பொடி வைத்திருப்பவள்தான் உண்மையான வேசையாவாள் என்று மோகனவல்லி அதிரூபரத்தினத்திடம் அறிவுரை கூறுகிறாள்.

பேசையிலே

வேற்றொருத்தி பேச்செடுக்க வொட்டாதே, விம்மியழு
தூற்றுகளக் கண்ணீ ருடுத்துவிடு தூற்றுங்
களவுவெளி வாராமல் கைந்நகத்துக் குள்ளே
மிளகு பொடி வைத்தவளே வேசை

தூங்கி ஓய்வெடுப்பதற்கு ஆசைப்படாதே

இளமை போய்விட்டால் யாரும் உன்னைத் திரும்பிக் கூடப் பார்க்க மாட்டார்கள். இன்று அதிகமாக வேலைசெய்துவிட்டோமென்று தூங்கி ஓய்வெடுப்பதற்கு ஆசைப்படாதே, நாம் வெள்ளாண்மை செய்ய வேண்டிய பருவமிது. விதைக்க வேண்டிய பருவத்தில் தூங்கிவிட்டால் அறுவடைக்குப் போகமுடியாது. இப்போது நீ ஓய்வெடுத்தால் உனது வருமானம் போய்விடும். ஆகவே பட்டப்பகல்,

உச்சிவேளை என்று எந்த நேரமானாலும் சரி, தேடி வந்தவர்களைத் தள்ளிவிடாதே,

"..நித்திரையை
ஆசைப் படாதே யரைவிளைந்தா லன்றிநம் போல்
வேசைக்கு வெள்ளாண்மை வேறுண்டோ"

தாசியர்க்குரிய தர்மம்

தமிழ் இலக்கியங்களைக் குறிப்பாக தனிப்பாடல் திரட்டை எடுத்துப் படித்துப் பார்த்தால் புலவர்களுக்கும் தாசிகளுக்கும் ஒரு நெருக்கம் இருப்பது தெரியவரும். கம்பன், காளமேகம் தனிப்பாடல்களே இதற்குச் சாட்சி சொல்கின்றன.

புலவர்கள் தாசியர் வீட்டை நாடிச் சென்றால் அவர்கள் கையில் பணமில்லாவிட்டாலும்கூட அவர்களோடு கூடிக் கலந்து மகிழ்விப்பதே தாசியர்க்குரிய தர்மமாக விறலி விடு தூதுக்கள் தெரிவிக்கின்றன. அதிலும் தாசியர் மோசம் பற்றிப் பாட வந்த புலவர்களே பாடி வைத்துள்ளனர்.

விறலிவிடு தூது பாடிய புலவர்கள் அத்தூதுக்களின் நாயகியரான தாசியர்களுடன் நெருக்கமாக இருந்தவர்களாகக் குறிப்பிடப்படினும் அத்தூதுக்களில் புலவர்களிடம் எச்சரிக்கையாகப் பழகும்படி தாய்க்கிழவி மூலம் மகள் தாசிக்கு எச்சரிக்கையும் செய்திருக்கின்றனர்.

ஏன் எச்சரிக்கையாக இருக்க வேண்டும்?

புலவர்களை அணைந்தால் அவர்களிடமிருந்து பொருள் ஏதும் கிடைக்காது என்பதுதான். கூளப்ப நாயக்கன் தூதின் தாய்கிழவி தன் மகளிடம்

"கடுக்கன் அலைக்கும் கவிப்புலவர் வந்தால்
துடுக்காய் ஒரு வார்த்தை சொல்வார் - கொடுக்க என்றால்
ஐந்து பணமும் வாங்கார், அரைப்பணமே போதுமென்பார்
இசை பாடுவார் கூடாதென்றால் கொடிய
சிந்தை அவர் மகிழச் செய்திட்டால் - நந்தம்
வசைப்பாடுவார், கெடுமே வாழ்வு."*

காதிலே கடுக்கன் ஆட்டுகின்ற கவிபாடும் புலவர் துடுக்காய் ஒரு வார்த்தை சொல்லுவார். சரி ஏதேனும் பணம்

* *கூள–ப.40*

தேவையோ என்று நாம் ஐந்து பொன் கொடுத்தால், எனக்கு அவ்வளவு வேண்டாம், அரைப் பணமே போதும் என்பார்.

அட அரைப்பணமே போதும் என்கிறாரே! என்று ஆச்சரியப்படாதே, அவர் அரைப்பணம் என்றது பாதிப்பணம் இல்லை. நமது அரையின் (இடுப்பின்) கீழ் உள்ள பணம்.

புரிந்து நடந்து கொள். அந்தப் புலவரை நாம் கலந்து சந்தோஷப்படுத்தி விட்டால் நம்முடைய புகழைப் பாடி, வாழ்த்திச் செல்வார். முடியாதென்றால் நம்மை வசைபாடி விடுவார்கள். புலவர்கள் வாக்கு பலித்துவிடும். அதனால் நம் வாழ்வு தான் கெடும். புலவர்களின் வசையை எந்தக் காலத்தும் சம்பாதித்துக் கொள்ளாதே என்று எச்சரிக்கை செய்கிறாள்.

சேதுபதி தூதின் தாய்க்கிழவியும் தன் மகளை நாடி புலவர் யாரேனும் வந்தால் அவரைத் தயங்காமல் தழுவி விடு என்று அவளுக்கு அறிவுரை கூறுகின்றார்.

"பொல்லாக் குணத்துப் புலவன்மார் வந்தக்கால்
எல்லாரையும் போலே எண்ணாதே! மெல்லநயம்
பாடிநிதம் பத்துப் பணம்வேண்டும் என் பரந்தச்
சாடை அறிந்து தழுவிவிடு!"*

உன்னை நாடி புலவர்கள் யாரேனும் வந்தால் காசில்லாததனால் எல்லோரையும் போல அவர்களையும் தட்டிக் கழித்து விடாதே. பாட்டினிலே நிதம் தனக்கு பத்துப் பணம் வேண்டும் என்று பாடிக் கேட்பார. அதற்காக அவருக்குத் தினமும் பத்துப் பணம் தருகிறேன் என்று சொல்லி விடாதே. அவர் சொன்ன பாடலின் வரியில் நிதம் பத்து பணம் என்று பொருள் கொள்ளாதே. நிதம் பத்து பணம் என்பதைச் சேர்த்து படித்துப் பார். உனக்கு அதன் பொருள் புரியும்.

நிதம் பத்து பணம் என்பது நிதம்பத்து பணம் என்று இணைத்துப் பொருள் கொண்டால் புலவர் எதைக் கேட்டார் என்பது புரிந்து விடும். நிதம்பம் என்றால் குறி, பணம் என்றால் படம்.

நண்ணாவூர் தாசியும் இப்படித்தான் தன் மகளுக்கு அறிவுரை சொல்லுகின்றார்.

---

* சேது கண்ணி 371

"கற்றோர் தமிழ்பாடிக் கைவீசிக் (கண்வீசிச்)
சற்றே யுடலும் தலையசைத்தும் - வித்தாரஞ்
சொல்லி வந்து கையைச் சொறிந்தாலும் வங்கார
மெல்லிநல்லாய் நீயொருநாள்
மேவிவிடு - அல்லவென்று
சொன்னாலும் போகார் துடுக்காக வாக்கிடுவார்
பன்னாளும் இந்தப் படிநடநீ'

இந்தப் பாடலில் புலவர்கள் தாசியின் வீட்டிற்கு செல்லும் போது ஒன்றும் எடுத்துச் செல்லாமல் வெறும் கையை வீசிக் கொண்டு செல்வார் என்றும், அவரிடம் பணயத் தொகை கேட்டால் கையைச் சொறிவார். அது தம்மிடம் ஏதுமில்லை என்பதற்குச் சமிக்ஞை. அதற்காக அவரை போ என்று சொல்லிவிடாமல் தழுவி விடு. இல்லையென்றால் வசை பாடி விடுவார்.

இப்படி பெரும்பாலான தூது நூல்கள் காசில்லை என்றாலும் புலவரைத் தழுவிக் கொள்ளும்படி தாசிகளுக்கு அறிவுரை சொன்னாலும் மூவரையன் தூதும், செண்டலங்காரன் தூதும் அவரைத் திருப்பி அனுப்பிவிடு என்று அறிவுரை கூறுகின்றன.

"சல்லி விரைக்குஞ் சகசண்டி மாண்பரையும்
புலவர் தமையும் பொருந்தாதே"**

பொன்போலத் துதிக்கும் புலவரைநீ யுந்துதித்துப்
பின் போய்கும் பிட்டனுப்பி பின்னைவா"***

புலவர்கள் தாசிகளைப் பொன் போல துதிப்பார்கள், நீ மயங்கிவிடாதே. நீயும் பதிலுக்கு அவர்களைத் துதித்து அனுப்பிவிடு. சுகம் கொடுக்காதே. அவர்களிடம் பணம் எதுவும் பெயராது என்று இந்த இரண்டு விறலிவிடு தூதுக்களும் மாறுபட்ட கருத்துக்களைக் கூறுகின்றன.

புலவர்களையே ஏமாற்றும் தாசிகள் எக்காலத்தும் இருந்திருப்பதற்கு இப்பாடல்கள் சாட்சியம் கூறுகின்றன.

---

* நண். கண்ணிகள் 409-411
** செண் - 147
*** மூவரை - 141 கண்ணி

சிரிப்புக்கும் விலையுண்டு

அனாவசியமாக அடிக்கடி மற்றவர்களிடம் சிரிக்கக் கூடாது, கருத்தாய்ச் சிரித்தாலும், காற்காசு காணச் சிரித்தால்தான் அது நேர்த்தி.

அண்டிப் பணம்கொடுத்தோர் ஆரொருவர் வந்தாலும்
பண்டுமுறை எவ்வளவும் பாராதே!

பணம் என்றால் தான் பாம்புகூட தலையெடுத்துப் பார்க்கும். ஆகவே இரவு முப்பது நாழிகைக்கு முப்பதுபேர் வந்தாலும் காலம் நேரம் பார்க்காமல் கைப்பொருளை வாங்குவதற்குத் தயாராக இருக்க வேண்டும்.

முப்பது நாழிகைக்கு முப்பது பேர் வந்தாலும்
கைப்பொருளை வாங்கக் கருதடி - எப்போதும்
தேம்பதும மாதே! செகத்தில் பணமென்றால்
பாம்புந் தலையெடுத்துப் பார்க்குமே. சேது 322-323

தலைநரைத்த கிழவர்கள் வந்தால், அவர்கள் வயதானவர்கள் என்பதற்காக நழுவி விடாதே, முற்றல் மரம்தான் வயிரம் பாய்ந்து திடமாக இருக்கும். பசு வேண்டுமானால் கிழடாக இருக்கலாம், அதற்காக அது தரும் பாலில் ருசி எந்தவிதத்திலும் குறைந்து விடாது. அதனால் அவர்களைத் தள்ளாதே.

நாட்டில் எல்லோருக்கும் பயப்பட வேண்டிய மடாதிபதிகள் சிலர் இருட்டியவுடன் பூனைபோல் ஒளிந்து ஒளிந்து உன்னிடம் கொஞ்ச வருவார்கள். அவர்கள் சன்னியாசியல்லவா? அதனால் உன்னுடைய மஞ்சள் அவர்களுடைய ஆடையில் பட்டுவிடாதபடி உரிந்தொதுங்க வைத்துச் சடையைத் தலையணையாக்கி, அவர்களுடைய காமத்தைப் போக்கி அவர்களை அனுப்பி விடு.

உன்னிடம் கூடி முயங்கிய சிலர் "காமினியே உனக்கு என்மேல் ஆசையுண்டா" என்று கேட்பார்கள். நீ அவர்களிடம் "என்ன வார்த்தைக் கேட்டு விட்டீர், என் மேல் உனக்கு ஆசை உண்டா என்று கேட்க எப்படி மனம் வந்தது, உங்களுக்கு என்னிடம் இந்த வார்த்தையைக் கேட்க? பூவிற்ற கடையில் யாராவது புல்லு விற்பார்களா? உன்னைத் தொட்ட கரங்கள் வேறொருவரைத்தான் தொடுமோ? உன்னைக் கண்ட முகம் வேறொருவரை ஏறிட்டும் பார்க்குமோ? உனக்கு விரித்த

முந்தி வேறொருவருக்கு விரியுமோ? இப்பொழுதுகூட பிரிய மனமில்லாமல்தான் பிரிகிறேன். இந்தப் பிரிவால் நான் உண்ணாமல், உறங்காமல், தவிக்கப்போகும்; தவிப்பு யாருக்குப் புரியும்? நீர் எப்பொழுது திரும்புவீர் என்று வாசலுக்கும் தெருவிற்கும் நடையாய் நடந்து தவிக்கப் போகும் தவிப்பு யாருக்குத் தெரியும்? நீர் திரும்பி வருவீர் என்ற நினைவில்தான் இந்த உடம்பில் உயிரே ஒட்டிக் கொண்டிருக்கிறது.

தாசி என்பதால் நான் சொல்லும் இந்த வார்த்தைகளை உலகம் ஒப்புக் கொள்ளாது. ஆனால் இது தான் நிஜம். யார் மீது வேண்டுமானால் சத்தியம் செய்து சொல்வேன், இதை விளக்கணைத்தும் சத்தியம் செய்கிறேன். அப்படியும் நம்பவில்லையா? இதோ நாம் சாப்பிடும் தட்டிலுள்ள சோற்றின்மீது கூட சத்தியம் செய்கிறேன் என்று கேவியழுது, மெல்ல அவனை மீண்டும் கூப்பிடு. அத்தோடு உன் பிரிவால் அவன் நடைப்பிணமாகிவிடுவான். பயிர் மேயும் ஆட்டை விரட்ட, விரட்ட திரும்பத் திரும்ப வருவது போல அவர்களும் உன்னைத் தேடி திரும்பவும் வருவார்கள்.

இதை உன்னைத் தேடி வரும் ஒவ்வொருவரிடமும் தவறாமல் சொல்லு, பிறகு நடப்பதைப் பார். ஒவ்வொருவருக்கும் நீதான் உலகமாவாய்.

இப்படிக் கூசாமல் பொய் சொல்லுகிறோமே, தெய்வம் நம்மைத் தண்டித்து விடாதா என்று கவலைப்படாதே. இனிமை, தயவிரக்கம் என்பதெல்லாம் கனவில்கூட நமக்கு இல்லை. பொய்யே குலவித்தையாய், சூதும், கபடமும், சொல்புரட்டும், வஞ்சகமும் நமக்குக் குடியிருப்பாய் இருக்கும் நிலையில் தெய்வம் நம்மைத் தண்டிக்குமோ? அந்தக் காலத்திலேயே நம் தலையில் இறைவன் எழுதி வைத்து விட்டான் பொய் சொல்வதுதான் நமது தொழில் என்று, அப்படியிருக்க பொய் சொல்லவது எப்படித் தப்பாகும்?

விதியே அப்படியிருக்க பொய் சத்தியம் செய்ததற்காக கடவுள் எப்படி நம்மைத் தண்டிக்க முடியும்.!

அண்ணனும் தம்பியும் வந்தால் அதற்கு நாணாதே

அவர்களுக்குத் திண்ணை வெவ்வேறு உண்டு

அறிவுரை முடிந்தது.

●●●

11. தாசிகளுக்கு மன்னர்கள் வழங்கிய பரிசுகள்

தாசிகளின் அரங்கேற்றம் கோயிலில் நடந்து முடிந்தவுடன் அவர்களின் முதல் அறிமுகம் அரசர்களின் அந்தப்புரங்களிலிருந்து ஆரம்பமாகிறது.

மன்னர்கள் சிற்றரசர்கள் ஜமீன்தாரர்கள், முக்கிய பிரமுகர்கள், அரசுஅதிகாரிகள்போன்றவர்களின் இல்லங்களில் அவர்களது முதல் நாட்டிய நிகழ்ச்சி நடைபெறுகிறது. தாசிகளின் அழகிலும், நடனத்திலும் மயங்கிய அவர்கள் தங்களை மகிழ்வித்த அவர்களுக்கு பொன்னும் மணியுமாக அள்ளிக் கொடுத்த செய்திகள் விறலிவிடு தூதுக்களில் காணப்படுகின்றன.

மன்னர்களிடம் அவர்கள் பெற்ற பரிசுகளின்பட்டியல் அரங்கேற்றத்திற்கு அடுத்த அத்தியாயத்தில் பொருள் பறிக்கும் திருவிளையாடலின் ஆரம்பமாக அறிமுகமாகின்றது.

பெருஞ்செல்வந்தன் ஒருவன் தாசியின் வீடு தேடிவந்து அவளுக்கு மாப்பிள்ளையாகிறான். அவன் கொண்டு வந்த அந்தப் பெருஞ்செல்வத்தை தாசியும், அவளது தாய்க்கிழவியும் எப்படி படிப்படியாக கொள்ளையடிக்கிறார்கள் என்பதுதான் விறலிவிடு தூது கதை.

தன் மகளுடன் இருக்கும் மாப்பிள்ளையை பக்கத்து ஊரில் நடைபெறும் திருவிழாவைக் கண்டு வருமாறு கிழவி அனுப்புகிறாள். அவ்விருவருக்கும் துணையாகத் தாய்க்கிழவியும் உடன் செல்லுகின்றாள்.

திருவிழா பார்த்துத் திரும்பும் போது உடன் வந்த மாப்பிள்ளையை ஏதோ ஒரு காரணம் சொல்லி வெளியே அனுப்புகிறாள் தாய்க்கிழவி. மாப்பிள்ளை வெளியே சென்ற அந்த இடைவெளியில் மகள் அணிந்து வந்த நகைகளையெல்லாம் தாய்க் கிழவி எடுத்துக் கொண்டு சென்று விடுகிறாள். மாப்பிள்ளை திரும்பி வந்ததும், அவன் திரும்புவதற்கு நேரமானதால் தன்னுடைய தாய் வீடு திரும்பியதாகப் பொய் சொன்ன மகள், தன் நகைகளையெல்லாம் கள்வர்கள் வந்து கொள்ளையடித்து சென்று விட்டதாகக் கூறி அழுது புலம்புகின்றாள்.

அவளுக்கு ஆறுதல் சொல்லி வீட்டு அழைத்துச் செல்கிறார் மாப்பிள்ளை. வீட்டிற்கு நகைகள் அணியாமல் திரும்பி வந்த மகளைக் கண்டு கிழவி பெரிதும் கூச்சலிடுகிறாள். நகைகள் களவு போனதை அறிந்து அழுது புலம்புகின்றாள்.

அந்த நகைகள் அத்தனையும் அவளுக்கு, அவள் தாய்க்கு, அவள் மகளுக்கு, அவளது பாட்டிக்கு மன்னர்கள் பரிசாக அளிக்கப்பட்டவை என்று கூறி அதன் விருத்தாந்தங்களைக் கூறிப் புலம்புகின்றாள்.

இதன் மூலம் தாசியர்களின் அழகிலும் நடனத்திலும் மயங்கிய மன்னர்கள்அவர்களுக்குப் பரிசாக வழங்கிய ஆபரணங்களைப் பற்றி அறிய முடிகிறது. அக்காலத்தில் ஆட்சியில் இருந்த மன்னர்களும் செல்வச் சீமான்களும் தாசியர்களின் தொடர்பு இருந்த சமூகச் சூழலை விறலி விடு தூதுக்கள் எடுத்துக் காட்டுகின்றன.

இங்கு திருவிழாவிற்குச் சென்று திரும்பும்போது நகைகளைப் பறிகொடுத்த மூன்று தாசியர்களின் தாய்க் கிழவி அந்நகைகளின் வரலாற்றை பட்டியலிடும் திறம் விளக்கப்படுகிறது.

மூவரையன் விறலி விடு தூதில் நகைகளை பறிகொடுத்த அதிரூபரத்தினத்தின் தாய்கிழவி அந்நகைகளுக்கான வரலாற்றைப் பட்டியலிடுகிறாள்.

தாய்க் கிழவியின் பாட்டிக்கு அதிவீரபாண்டியனார் என்ற மன்னர் முத்துக் கலந்த ரத்தினக் கோவையை அன்பளிப்பாக அளித்துள்ளதை

.... பண்டையெங்கள்
பாட்டிக் கதி வீரபாண் டியனார் தந்த முத்துக்
கூட்டிக்கலந் தரெற்றினக் கோவையோ......... கண்ணி 235

என்ற வரிகளிலும்

மதுரையை ஆட்சி செய்த சுந்தரத் தோளுடையான் மாவலி வாணாதிராயன் என்பவன் தாய்க்கிழவியின் பாட்டிக்கு சரப்பணி (சர ஆபரணம்) ஒன்றைத் தன் நினைவுப் பரிசாக அளித்துள்ளதை

".........சுந்தரன்கூடல் மாவலிவணன் மகிழந்து
தந்த சுந் தரஞ்சேர் சரப்பணியோ"

என்ற வரிகளிலும்

காஞ்சி மாநகரிலே திருவேங்கடவர் என்னும் பெருமாளுக்கு வைகாசித் திருநாளில் ஆடிய நடனத்திற்குப் பரிசாக மூவரையன் மகிழ்ந்து அளித்த முத்துமாலை, கொத்துவடம், பசுங்கனக ஓலை, ஒரே முத்துடன் அழகாகக் காட்சி தரும் மூக்குத்தி ஆகியவைகளை அளித்ததை

.............திருக் காஞ்சி மாநகரில் வேங்கடவர்
தீதறு வைகாசித் திருநாளிற் - பேதை
தருமூர் திசை னாடன் தக்கதென வீரை
வருமூ வரையன் மகிழ்ந்தே - யருளுமுத்து
மாலையே கொத்து வடமோ பசுங்கனக
ஓலையோ மூக்குத்தி ஒண்டி முத்தோ கண்ணி 287-289

மேற்சொன்னவை அதிரூபரத்தினத்தின் காணாமல் போன பாரம்பரிய நகைகளாம். இனி கூளப்ப நாயக்கன் தாசி மனாபிஷேகத்தின் தாய்க்கிழவி மாணிக்கமாலை பரிசாகக் கிடைத்த நகைகள் காணாமல் போய்விட்டதாக அவைகளின் வரலாறுகளைக் கூறி பொய்ப்புலம்பல் செய்கின்றாள்.

மன்னர்களிடமிருந்து பரிசாகக் கிடைத்தவை

நிலக்கோட்டை மன்னர் சிந்தம கூளேந்திரன் (கூளப்ப நாயக்கனின் தந்தை) அளித்த கைக் கடகம்.

விக்கிரம கோதண்ட சரபாணிதுரைச் சாமராயன் அளித்த கண்டசரம்.

அண்டலரை வெட்டிய வாள் வீரன் விருபாட்சியான் கொடுத்த ஒட்டியாணம்.

மேலான பொற்குவியலின் அதிபதியான அப்புராயன் கொடுத்த மாணிக்க மாலை.

வாணர் புகழ், அம்மைராயன் கொடுத்த ஆணிமுத்துத் தாழ்வடம்.

வல்லக் கொண்டையன் அளித்த விலை மதிப்பில்லாத வச்ரக் கணையாழி (பெரிய ஒற்றை வைர மோதிரம்)

வீணையோடு கூடிய என்னுடைய கின்னரிப் பாட்டை ரசித்து கெடிக்காமையன் பரிசாகக் கொடுத்த பொன்னரைஞான்.

மதனாபிஷேகத்தின் தாய் மாணிக்கமாலையின் அழகை ரசித்துப் பாராட்டி காளிங்கன் கொடுத்த பொற்சிமிக்கி.

குச்சிலியக் கெங்காசிராவ் அளித்த கெம்பிழைத்த மோதிரம்.

மதனாபிஷேகத்தின் நாட்டியத்தைப் புகழ்ந்து நத்தம் லிங்கேந்திரன் போட்ட சுமார் எண்ணூறு பொன் மதிப்புள்ள கொலுசு.

திருமலை நாயக்கன் மன்னர் எனக்கு அளித்த சிந்தாக்கு (அட்டிகை)

பூசாரிராயனிட்ட பொற்சவளி (கழுத்தணி)

போடி நாயக்கனூர் ஜமீன்தார் மகிபன் கொடுத்த பொற்சுட்டி.

ராமபக்ததுரை அளித்த யானை முகப் பதக்கம் நான் ஆடிய ஆட்டத்தை ரசித்துப் பாராட்டி முத்தையன் என்பவர் அளித்த பாடகம் (காலில் அணியும் அணி)

தொட்டராயன் கொடுத்த இரண்டு வைரக் கம்மல் (வச்ர ஓலை) பொற்பட்டை, அரைஞான்.

தாள வட்டப் பூணார் மதனாபிஷேகத்தின்
காலில் அணிவித்த வெள்ளித் தண்டை **கூள 630 - 648**

ஆகிய மன்னர்கள் கொடுத்த பரிசு பொருட்களின் பட்டியல் மாணிக்க மாலையால் தெரிவிக்கப்படுகிறது.

சிதம்பரேசர் விறலி விடு தூதில் தாசி கற்பூர வல்லிக்கு பல மன்னர்களும் துரைகளும் கொடுத்த பரிசுகள் பட்டியலிடப்படுகின்றன.

தொண்டை நாட்டு அரசன் தாசியின் நடனத்தைக் கண்டு ரசித்து பொன்னால் ஆன காதணியைப் பூட்டியுள்ளான்.

தஞ்சை நகர் மன்னர் கற்பூரவல்லி வாசித்த தம்பூரா இசையைப் பாராட்டி செஞ்சிலம்பு ஒன்றைப் பரிசாக அளித்துள்ளான்.

சேதுபதி மன்னன் அவளது அழகுக்குப் பரிசாக முத்து வடம் ஒன்றைக் கொடுத்துள்ளான்.

தாசிக்கிழவி இளமையாயிருக்கும் போது அவளது அழகைப் பாராட்டி சிங்கள மன்னன் செம்பொன்னால் செய்யப்பட்ட காற் சலங்கைகளை அளித்துள்ளான்.

சேலத்து மன்னர் கற்பூர வல்லியின் அழகுக்குப் பரிசாக கண்டசரம் அளித்துள்ளார்.

மதுரைத் துரை ஒருவர் வச்சிரப்பதக்கம் அளித்துள்ளார். உள்ளூர் துரை ஒருவர் பல பொற்காசுகள் மதிப்புள்ள கொலுசுகளை அவளது அழகுக்குப் பரிசாக அளித்துள்ளார்.

சேதுபதி விறலி விடு தூதின் தாசி மோகனமுத்துக்கும் அவள் தாய் செங்கமலவல்லி ஆகியோருக்கும் மன்னர்கள் வழங்கிய பரிசுகள் வருமாறு.

தென்முகவை ஆளும் சிவகாமி சேதுபதி சங்கராந்தி தினத்தில் நடைபெற்ற மோகனமுத்தின் நாட்டியத்தைக் கண்டு, பாராட்டி, நவரத்தினத்தினாலான பதக்கம் ஒன்றை அளித்தார். அதன் மதிப்பு கோடி பொன்னுக்கும் மேலே பெறும்.

பாண்டியன் போல் வந்த முத்துச் செல்வ மகாராசன் என்பவர் ஐந்து லட்சம் பொன் பெறுமானமுள்ள பொன் அரைஞான் ஒன்றைப் பரிசாக வழங்கினார்.

தாமோதரன் ராமசாமி மகாராஜன் செங்கமலவல்லி தாசிக்கு விலை மதிப்பில்லாத கோமேதகம் ஒன்றை வழங்கினார்.

பல்லக்குகளுக்கு அதிபதியான குழந்தைச்சாமி மகளின் அழகைப் பாராட்டி அளித்த கண்டிகை, முண்டகப் பூப்பொன் மருவு மார்பன் வன்னியப் பூலாறுசாமி அணிவித்த பொன்முருகு ஒன்று.

ராமராஜன் என்பவர் தங்கவளையல் ஒரு சோடி அளித்துள்ளார்.

மந்திரி சாமாவையமானபரன் என்பவர் விலை மதிப்பில்லாத கல் பதித்த மணி ஓலை ஒன்றைப் பரிசளித்துள்ளார்.

சுந்தரவேள் வெங்கிட சுப்பையரிட்ட வெண்முத்து மாலை தாய்க்கிழவிக்கு பரிசளிக்கப்பட்டது.

வாலகிருஷ்ணமால் பரிசாக அளித்த மோகன மாலை சேஷய்யங்கார் தாய்க்கிழவிக்கு கொடுத்த கைக்கடம்.

சிவகங்கை நகராளும் வல்லபேந்திரன்.

தாய்க்கிழவிக்கு அளித்த தங்கச்சரி
எட்டயபுரம் மகாராஜா் அளித்த கொப்பு
புகழ்பெற்ற நட்டுவனார் அரியலூரான் கொடுத்த வைரமூக்குத்தி

கண்ணி 775-788

இந்த நகைகளெல்லாம் தாய்க்கிழவியால் காணாமல் போனதாகக் கூறி அவை பரிசாக வந்த விபரங்களை கூறி புலம்புகின்றாள்.

●●●

12. திருவிளையாடல் ஆரம்பம்

தாய் சொன்ன அறிவுரைப்படியே மகள் தாசி தனது ஆட்டத்தை வெற்றிகரமாகத் துவக்குகிறாள். அந்த ஆட்டத்தின் சாகசத்தில் ஆடவர் உலகமே அவளுக்கு அடிமையாகிறது. அத்தகைய தாசி ஒருத்தியின் சாகசங்களைக் காட்ட நம்மை இலக்கிய மதுரைக்கு அழைத்துச் செல்கிறது விறலி விடு தூது.

மதுரையின் புகழ்பெற்ற நாட்டியக்காரி மதனாபிஷேகம். நல்ல அழகி. அவளது மைவிழிக்கும், பிறைநுதலுக்கும், கொடிபோன்ற சிற்றிடைக்கும், பால் போன்ற அவளது வரிசைப்பற்களின் குறுநகைக்கும் மயங்கி, மனதைப் பறிகொடுத்தவர் பலர்.

அவளது அன்ன நடையிலும், அமுதமொழியிலும், சுழலும் இரு விழி வீச்சிலும் மனதைப் பறிகொடுத்து மயங்கி, வேறெதிலும் நாட்டம் கொள்ளாது, அவளிடமே தங்கள் மனதை வைத்து, அவளை அடைந்து விட்டவர்களும் அநேகர். ஆனால் அவர்களெல்லாம் வலையில் அகப்பட்ட மானைப்போல மருண்டனர். தூண்டிலில் சிக்கிய மீனைப்போலத் துடிதுடித்தனர். ஏன் தெரியுமா?

முன்னொரு காலத்தில் அரக்கர்கள் பூமியில் உள்ள மக்களைத் துன்புறுத்தினார்கள். அப்போது அவர்களை அழிக்க அகத்தியர் அவதரித்தார். இவரின் அவதாரத்தைக் கண்டு அரக்கர்கள் பயந்து கடலுக்குள் ஒளிந்து கொண்டனர்.

இவர்களை அழிக்க முழு கடல் நீரைக் குடித்து, கடலை வற்றச் செய்து அகத்தியர் அரக்கர்களை அழித்தார்.

மதனாபிஷேகத்தை நாடி வரும் செல்வந்தர்கள் தங்கள் செல்வங்களையெல்லாம் மறைத்து வைத்து தேவையான செல்வத்தை மட்டும் அவளிடம் கொண்டு சென்றனர். ஆனால் மதனாபிஷேகமா ஏமாறுவாள்? அவர்களிடம் பேச்சுக் கொடுத்ததில் அவளின் பேச்சில் மயங்கித் தாங்கள் மறைத்து வைத்திருக்கும் செல்வங்களைப் பற்றிய தகவல்களை உளறிக் கொட்டி விட்டனர்.

பிறகென்ன அந்த செல்வந்தர்களின் பெரும் செல்வமத்தனையும் கவர்வதற்குத் தயாராகிவிட்டாள். இதனை சுப்ரதீபக் கவிராயர், அகத்தியர் கடலைக் குடித்தார். மதனாபிஷேகமோ அரசர்களின் பெரும்செல்வமாகியக் கடலைக் குடிப்பதற்குத் தயாராகிவிட்டாள். அதனால் அவள் அத்தமிழ் முனிவனுக்கு ஒப்பாகிவிட்டாள் என்று மதனாபிஷேகத்தை அகத்தியரோடு ஒப்புமைப்படுத்துகின்றார்.

வண்ணக் குடை அரசர் மாநிதியாம் முந்நீரை
உண்ணக் குறுமுனியை ஓயானாள். கூ.311

அவர்களிலே 'ஐயோ! அவளிடம் சிக்கிக் கொண்டோமே' என்று உள்ளக் கொதிப்படைந்தவரும் உண்டு, எப்படியிருந்தால் என்ன, அவளுடன் கூடி இன்பம் கண்டோமே அதுவே போதும் என்று உள்ளம் மகிழ்ந்தவர்களும் உண்டு.

மதனாபிஷேகம் விரும்புவாளென்ற எண்ணத்தில் பல வாசனைப் பொருள்களைத் தங்கள் உடலில் பூசிக்கொண்டு அவளை அணைத்துக்கொள்ள வட்டமிடுபவர்களும், மயக்கப்பொடி தூவும் அவளிடம் வாசனைப்பொடி பூசிச் செல்பவர்களும் தம் கையிலுள்ள பொருட்களைக் கொண்டுபோய் கொடுத்துவிட்டு தந்திரத்திற்குள்ளாகி தாய்க்கிழவியிடம் ஏமார்ந்து மனம் தளர்ந்தவர்களும் உண்டு.

தாங்கள் தந்திரக்காரர்கள் என்ற நினைப்பில் சூழ்ச்சியாக மதனாபிஷேகத்தைச் சுலபமாக வளைத்துவிடலாமென்று செல்பவர்கள், துணிவுடன் அவள் வீட்டு வாசல்வரை

சென்று, அங்கே தலையெல்லாம் நரைத்த தாய்க்கிழவி ஒருத்தி பூதம்போல் காவல் இருப்பதைக் கண்டு, பயந்து, அகன்று போய்விடுபவர்களும் உண்டு.

இன்னும் சிலர் அவளிடம் நேரிடையாகச் சென்று, 'கண்ணே! உன் கால்களைப் பிடித்து விடட்டுமா? என்றும், விசிறி கொண்டு வீசட்டுமா? என்றும், மலர் பறித்து மாலைகட்டித் தரட்டுமா? என்றும், கட்டழகியே உன்னைச் சுகமாகத் தூங்கவைக்க உன் துடையைப் பிடித்துவிடட்டுமா? என்றும் கெஞ்சிக் கொண்டு அவளிடம் உறவாடுவார்கள்.

அவளிடம் ஆசைகொண்ட சிலர், அவள் குளித்த பின் தேங்கி நிற்கும் மஞ்சள் கலந்த வாசனை நீரை தங்கள் கையால் அள்ளித் தலையிலே தெளித்து, மகிழ்ந்து, ஆத்ம திருப்தி அடைவார்கள். சுவாமி சந்நிதியில் தெய்வத்தின் நினைவாலே மருள் வந்த நிலையில் மயங்கிச் சாய்பவர்கள் போல அவள் நினைவிலேயே மருள் வந்து மயங்கி விழும் நிலையில், அவர்களைச் சிலர் தாங்கியும் பிடிப்பர்.

ஏற்கனவே அவள் வீட்டில் வேறொருவன் இருந்தால், தான் வந்திருப்பதற்கு அடையாளமாகப் பலவித சாடைகளைக் காட்டி அங்குமிங்குமாகத் திரிவான் ஒருவன்.

தான் கூடிச் சுகமனுபவித்த அவளின் முகத்தைத் தன்னுடைய மேல் துண்டால் துடைக்க, அவள் பூசியிருந்த மஞ்சள்நிறம் அத்துணியிலே ஒட்டிக்கொள்ள, அதைப் பெருமையுடன் தன் தோளிலே போட்டுக்கொண்டு கொஞ் சம்கூட வெட்கமில்லாமல் வீதிதோறும் சுற்றித் திரிவான் ஒருவன்.

அவள் மஞ்சத்திலே படுத்திருக்கும் போது துப்பட்டாவால் அவளது கால்களைத் துடைத்து விடுவார்கள் சிலர்.

இரவில் இளம்பெண்கள் தீவட்டி ஏந்தி முன்னால் வர பவளக்குமிழ் பதித்த குறட்டை அணிந்து மன்னர் போன்ற ஒரு பிரபு மதனாபிஷேகத்தின் வீட்டிற்குப் பின்தொடர்ந்து வர, அச்சமயத்திலே அவளுடனிருந்தவன் அந்த பிரபுவுக்கு பயந்து அங்கிருந்த பரணில் ஏறி பதுங்கிக் கொண்டானாம்.

மலர்தூவிய மஞ்சத்தில் மதனாபிஷேகம் அயர்ந்து நித்திரை செய்யும்போது இந்திரன் கும்பகர்ண லீலை செய்ததுபோல தூங்கும் அவ்வழகியின் ஒவ்வொரு அங்கங்களையும் கண்டு மகிழ்வதில் ஆத்ம திருப்தி அடைந்தனராம்.

இவள் நம்முடன் ஒரு சில இன்ப மொழிகள் முத்து முத்தாய்ப் பேசினாலும், அல்லது தூஷணையாய் வாய் திறந்து திட்டினாலும் போதும் என்று அவளது வாய்மொழிக்காக அவளது வாயிலில் பலர் காத்திருந்தனர்.

அவ்வளவு ஏன், எல்லாவற்றையும் துறந்த துறவியர் கூட மதனாபிஷேகத்தின் அழகைப் பற்றிக் கேள்விப்பட்டு, அடடா இப்படிப்பட்ட பேரழகி ஒருத்தி மதுரை மாநகரில் இருக்கும் விஷயம் தெரியாமல் அவசரப்பட்டு துறவுக் கோலத்தை ஏற்றுக் கொண்டு விட்டோமே என்று தங்களின் துறவுக் கோலத்திற்காக வருத்தப்பட்டார்களாம் துறவியர்.

அதேசமயம் அவளை நேரில் கண்ட துறவியரோ அவளது அழகில் மயங்கி, தங்கள் துறவுக்காக துடிதுடித்து போய்விட்டனாராம். அவளது அழகுக்காக தங்களின் துறவைக்கூட துறக்கத் தயாராகிவிட்டனராம். பொம்மலாட்டம் ஆடும் தோல் பாவையைப் போல மாபெரும் யோகிகளான அவர்களையும் உயிரற்ற பொருள்போல ஆக்கிவிட்டது அவளது அழகு.

"மோனவித்தை உள்ள முனிவோரையும் மயக்கும்
கான வித்தை எல்லாம் கரை கண்டாள்."

மோன தவம் செய்யும் முனிவரும் மயக்கும் கான வித்தையெல்லாம் கற்றும் கரை தேர்ந்தவள் இந்த மதனாபிஷேகம் என்று அவளின் மயக்கும் அழகு பற்றி கூளப்ப நாயக்கன் தூது தெரிவிக்கிறது. கூ.191

மதனாபிஷேகத்தின் சாகசங்களைப் பற்றிக் கேள்விப்பட்டு அச்சத்தால் பலர் மதுரை இருக்கும் பக்கம்கூட தலை வைத்துப் படுப்பதில்லை. ஆனால் அப்படியும் துணிந்து ஒருவன் அவளைக் காண மதுரை வந்தான். அவன் பெயர் அவதானி.

இரும்புத் தூணை அரித்த கறையான்

மதுரை வந்த அவதானி, வைகை நதியில் நீராடி, பொற்றாமரையில் மூழ்கி எழுந்து, அங்கையர்கண்ணியைத் தொழுது, சொக்கேசர் அடிபணிந்து, பிரகாரத்தைச் சுற்றிவந்து, வடமேற்கில் ஆயிரங்கால் மண்டபத்தை வந்தடைந்தான். அங்கே ....

மதுரை ஆயிரங்கால் மண்டபத்தில் மதனாபிஷேகத்தின் நாட்டியம் நடக்கிறது.

மதுரை ஆயிரங்கால் மண்டபத்தில்மதனாபிஷேகம் தோன்றுகிறாள்.

விண்ணுலகத்தை விட்டு வந்த மேனகை போல் ஒரு மோகத் தோற்றம். பாலாஷ ஆடைகள் காற்றில் அசைந்து பரவசத்தை மூட்டின.

மேனகை அலங்காரம் போலவே அம்சமான கொண்டை போட்டிருந்தாள். முத்துத் துராய் அதை அழுத்திப் பிடித்துக் கொண்டிருந்தது. அந்த துராயின் மையத்திலிருந்து முத்துச் சரம் சரிந்து கொண்டிருந்தது. மூக்கில் ஒரு புல்லாக்கு, செவ்வாயில் முத்துப் புன்னகை எட்டிப் பார்த்துக் கொண்டிருந்தது.

வேலழகு போன்ற விழியழகும், தண்டை இட்ட கால் அழகும், பொற் கடகம் இட்ட கை அழகும் – ஓலை இட்ட காதழகும், வைரமாலை அணிந்த கச்சையுடன் இறுக்கிப் போராடும் மார்பழகும், பிரகாசமான முகத்தழகும், ரதிதேவி போன்ற உடல் கட்டழகும், நாட்டியமாடுவதற்கு கச்சை அணிந்த கட்டுக் கோப்பும், அவளழகைத் திணறடித்துக் கொண்டிருந்தன.

இந்த அழகு தேவதையை மேலும் அதிகமாக்குவது போல மன்மதனானவன், நந்தவனங்களிலுள்ள அத்தனை மலர்களையும் கொண்டு வந்து அங்கு பார்வையாளர்களாய் வந்திருப்பவர் மேல் தூவிக் கொண்டிருந்தான். தூவுவதற்கு காமதேவனுக்கு மேலும் மலரை எடுத்துக் கொடுப்பவளைப்போலத் தன் கைகளைக் குவித்து புஷ்பாஞ் சலி செய்தாள் மதனாபிஷேகம்.

தாளம் தவறாது ஒலிக்க, தனம் கனிப்ப, தித்தி ஒத்து என்னும் வாத்தியம் 'பொம்' என்று ஊத, கானம் இசைக்க, சங்கித ஸ்தான நெறியில் புஞ்பாஞ்சலி செய்தாள்.

புஷ்பாஞ்சலியைத் தொடர்ந்து வயிணவத் தானத்தில் நின்று பதாகை பிடித்து கடவுளடி பேணி ஆடினாள். தொடர்ந்து

2. பிள்ளையார் கௌத்துவம்
3. இளைய நயனார் கௌத்துவம்
4. எடுப்பு
5. சொல்கட்டில் ஆர் தொடுத்தல்
6. கைச்சலாம்
7. தரு
8. சதி
9. கீதம்
10. பிரபந்தம்
11. பதம்
12. அபிநயம்
13. கோப்பு
14. பேரணி
15. ஜக்கனி
16. சைலாகுவித்தை
17. கூத்து
18. ஜெயமங்களம்

ஆகிய நாட்டிய வகைகளை பதத்துக்கு ஏற்ப ஆடினாள்.

நீலவிழிகளைச் சுழற்றி வீசிய அவளின் விழிவீச்சு வலையில் ஆடவர் அத்தனைபேரும் அகப்பட்டுத் துடித்தனர். 'நான் இருப்புத்தூண் என்னை மதனாபிஷேகம் எனும் கறையான் அரிக்குமோ?' என்று, ஊரில் வீர வசனம் பேசி வந்த அவதானியை, அவளின் அழகு அரித்துக் கொண்டிருந்தது.

மண்டபத்தில் நாட்டியம் முடிந்து விட்டது. ஆனால் அவதானியின் மனதில் மதனாபிஷேகம் இன்னும் நாட்டியமாடிக் கொண்டிருந்தாள். அந்த ஆட்டத்தை முடிக்க அவர் விரும்பவில்லை.

ஆட்டத்தை முடித்த அவளை பின் தொடர்ந்தனர் சிலர். அவதானியும் பின்தொடர்ந்தார். திடீரென்று பகலிலிருந்து இரவுக்கு வந்துவிட்டதைப்போல ஓர் உணர்வு. அவள் வீட்டிற்குள் சென்றுவிட்டாள். அவதானி திகைத்தார்.

●●●

13. தாசியர் வரவேற்பு

தாசியர் வரவேற்பு என்பது தாசியின் தோழியர் வரவேற்பு, தாசியரின் தாய், அதாவது தாய்க்கிழவியின் வரவேற்பு, தாசியின் வரவேற்பு என்று வரிசைக்கிரமமான வரவேற்பாக அமையும்.

அம்மா ஒரு பொழுதுபோக்கிற்காக ஒருநாள் மட்டும் தாசியைத் தேடி வரும் ஆடவர் இத்தகைய 'மகா' வரவேற்பில் மயங்கி, தம் ஆயுள் பரியந்தம் அவளே கதி என்று அவள் வீட்டினில் அமர்ந்து விடுகின்றனர்.

தாசியர்கள் தங்கள் வீட்டில் தங்களின் தேவைக்காக பல பணிப் பெண்களைத் தோழியர்களாக வேலைக்கு நியமித்திருந்தனர். தாசியைத் தேடி வருபவர்களை இந்தத் தோழியர்கள் தான் அவளிடம் அழைத்துச் செல்வர். தாசியிடம் செல்வதற்கு முன் இந்தத் தோழியர் தாசிக்கும், தாசியின் தாய் மற்றும் அவளின் தோழிகள் அனைவருக்குமாக சந்தனம், பாக்கு, வாசனைப்பொடி வாங்குவதற்கும், அந்தரங்கமேடை அமைப்பதற்கும், ஆடவர்களிடம் இருந்து பொருள் வாங்கும் பணியைச் செய்வர்.

தாசியர் வீட்டில் இந்தத் தோழிப் பெண்கள் "சந்தன வகையை மதனாபிஷேகம் என்னும் தாசிக்கு கை மருந்துச் சொக்கி, சாராயத்தாழி, தூது சவுந்தி, ஏழு மதில் எறி, தஞ்சாவூர் எத்தி, மாமாயக்காரி, குண்டுணி வாய்க்கள்ளி, மாறாட்டக் குள்ளி, மாயக்குருவி, மாரீசக் கள்ளி என்னும் 10 பேர்

தோழிகளாக இருந்ததை கூளப்பன் தூது தெரிவிக்கிறது.

இவர்களின் திறமை இவர்கள் பெயரிலேயே காணப்படுகிறது. சாகசங்கள் செய்வதில் தாசியையும் மிஞ்சுபவர்கள். தாசி சாதாரண கல்லில் நார் உரிப்பாள் என்றால், இவர்கள் கருங்கருங்கல்லிலே நார் உரித்து விடுவர். எந்தச் செல்வந்தனிடம் எவ்வளவு பணம் இருப்பு இருக்கிறது என்பதை அவர்கள் பேசும் பேச்சிலேயே கண்டுபிடித்துச் சொல்லி விடுவர்.

மதனாபிஷேகத்தை முன்பின் பார்த்திராத ஆடவர் அவளைப் பற்றிக் கேள்விப்பட்டு, வீடு தேடி வந்தால் தான் தான் மதனாபிஷேகம் என்று சொல்லி, வந்தவரை ஏமாற்றி, தாமும் ஒரு கை பார்த்துவிடுவர் என்று இந்தத் தோழிப் பெண்களின் திறமையை கூளப்பன் தூது தெரிவிக்கிறது. (கூள.312–316)

சந்தன வகையைக் கூட்டித் தடவுவர், அந்தரங்க மேடையை அலங்கரிப்பர், தாசியின் செயல்பாடுகளுக்கு சாடைசொல்லி மெல்லத் தலையசைப்பர், கூட வருவார்க்குச் சமைப்பர், வருவாரைப் போய் அழைப்பர், வந்தவரை வரவேற்று உபசரிப்பர், முத்துமணி கோப்பார், கொடுப்பார், கொடுப்பார்கள் தம்மிடம்போய் காப்பர், தாசியரின் சந்தர்ப்பத்திற்கேற்ப சிரிப்பர், அழுவர், அவர் சொன்னபடியே நடிப்பர், தினசரி பொய்யையே அஞ்சாமல் பேசுவர் என்று செண்டலங்காரன் தூது தெரிவிக்கிறது.[45]

மதனாபிஷேகத்தைப் பின் தொடர்ந்து வந்த அவதானியை, அவளது தோழியர் விசாரிக்கின்றனர். அவர்கள் கேட்ட கேள்விக்கு மேலேயே தகவல்கள் சொல்லிக் கொண்டிருந்தார் அவதானி. என்னதான் தாசியானாலும் ஏற்கனவே யாராவது அவளை ஒப்பந்தம் செய்திருந்தால், ஏமாற்றமாகி விடுமே என்ற தவிப்பு அவரிடம் காணப்பட்டது.

தோழியரிடம் கேட்கிறார் அவதானி "இன்று உன் தலைவியிடம் யார் வருவர்?"

தோழி அவரை ஏற இறங்கப் பார்க்கிறாள். கேள்வியிலேயே அவரின் ஆர்வம் புரிகிறது. கொஞ்சம் அலைகழிப்போமே என்ற எண்ணத்தில் "பட்டணத்து பாஸ்கரய்யர், சோலையப்பப்

பிள்ளை, மாலையப்பப் பிள்ளை, மணியம் கனகசபாபதி, அரசப்பன், இன்னும் எத்தனையோ பேர் தினம் தினம் பொன்னும் பொருளுமாகக் கொண்டுவந்து கொடுத்து அவளது சம்மதத்தை வேண்டிக் காத்திருக்கின்றனர். யாருக்குக் கொடுத்து வைத்திருக்கிறதோ? எதற்கும் அதோ அந்த வாயிலில் இருக்கும் அந்தத் தோழியிடம் கேட்டுத் தெரிந்து கொள்ளுங்கள்" என்றவாறே உள்ளே சென்றாள்.

சவுந்தி என்ற அந்தத் தோழியிடமும் அதே கேள்வியைக் கேட்கிறார். "இன்று உன் தலைவியிடம் யார் வருவர்?"

"எவரும் வரமாட்டார், கை நிறையப் பொன்னும், பொருளும் கொண்டு வந்திருந்தால் நீங்கள் தாராளமாக வரலாம்."

"முத்துப் போன்ற அவளுக்கு எவ்வளவு பொன் கொடுக்க வேண்டும்?"

'தலைவிக்கு முந்நூறு பொன்னும், தனக்கு ஒரு முந்நூறும், இதரத் தோழிகளுக்கு ஒரு நூறும் தரவேண்டுமென்றாள்.

அவள் கேட்டபடியே அள்ளிக் கொடுத்தார். பொன்னை வாங்கிக் கொண்டு உள்ளே சென்றாள் அந்தத் தோழி. அடுத்த கணத்தில் உள்ளேயிருந்து அழகிய கூந்தலையுடைய, இளமையும் அழகும் நிறைந்த பெண்கள் சிலர் ஓடி வந்து அவரை கைகூப்பி வணங்கி வரவேற்று, உள்ளே அழைத்துச் சென்றனர்.

தோழியர் வரவேற்பு

சந்தனத்தி என்ற தோழி ஒருத்தி கைவிளக்கு எடுத்துக் கொண்டு வெளிச்சம் காட்டி முன்னே நடந்து செல்கிறாள். மற்றொரு தோழியான தெய்வி என்பவள் கை, கால் கழுவச் செம்பில் தண்ணீர் கொண்டு செல்கிறாள், அவதானியின் மேலிருந்த அங்கவஸ்திரத்தை மைவிழியாள் என்ற தோழி வாங்குகின்றாள், வெற்றிலை அடப்பத்தைச் சின்னதாங்கி என்பவள் தாங்கி வருகிறாள், பூச்சி என்ற தோழி மலர் தூவுகிறாள், பூவி என்ற தோழி சாமரம் வீசுகிறாள், ராசி என்பவள் அவரைக் கைகொடுத்து அழைத்துச் செல்கிறாள். வெயிலாள் என்பவள் நடைபாதையில் பட்டுப் பாவாடை விரிக்கிறாள்,

தாசியின் பள்ளியறை வருகிறது. அதுதான் அவதானியின் கனவுலகம்.

பள்ளியறையின் முகப்பில் தான் மாமியாரின் வரவேற்பு ஆரம்பமாகிறது.

மாமியார் வரவேற்பு

தோப்பைமுலை யும்சுரித்த சொள்ளைமுக முங்கிழட்டு
மூப்பும் வறட்டுடலும் முக்காடும் - சாய்ப்பும்
குணுகுணுத்த மூக்கும் குறுகுறுத்த கண்ணும்
முணுமுணுத்த வாயின்மேல் மூச்சும் - துணிவளைத்து
நீட்டுங் கழுத்தும் நெழிப்பும் எலிச்செவியும்
போட்ட புகையிலையும் பேழ்வாயும் - காட்டித்
தடிக்கம்பும் ஊன்றித் தலையும் நடுக்கி
அடிக்கடிகால் தூக்கித் தள்ளாடி - கிடுகிடென்று
கூனிக்குறுகிக் குமட்டித்தோல் வற்றி நரைச்
சூனைவயிற் றுத்தாயும் தோன்றினாள்.

சேது 590-594

என்று மாமியாரை அறிமுகப்படுத்துகிறது சேதுபதி தூது.

தங்கத்துரையே! தமிழ்க் கடலே! நான் பெற்ற மங்கைக்கு உயிரானவரே! வாருங்கள், வாருங்கள்.

நீங்கள் எங்களைத் தேடி வந்தது எங்கள் முன்னோர் செய்த தவமோ அல்லது இந்த வீடு செய்த புண்ணியமோ, அல்லது நான் செய்த புண்ணியமோ அல்லது என் மகள் செய்த தவப்பயனோ, ஏதோ ஒரு பெரும் புண்ணியந்தான் உங்களைச் சந்திக்கும் பாக்கியத்தை எங்களுக்குத் தந்திருக்கிறது என்று சொல்லி நிறுத்தினாள் கிழவி.

அண்டவதானி திரும்பிப் பார்த்தான்.

அவன் பார்ப்பதை அறிந்து தூணின் மறைவில் ஒதுங்கி நின்றாள். இது வெட்கமா அல்லது மரியாதையா?

மகள்தான் வெட்கப்படுகிறாள் என்றால் அவளது தாயான கிழவி அதற்குமேல் வெட்கப்பட்டுக் கொண்டிருந்தாள். தன் மகளுக்கு மாப்பிள்ளையாக வந்தவரைக் காணவே அவள் வெட்கப்பட்டாள். அவனது அருகில் வரவே கூச்சப்பட்டவள்

போலத் தயங்கி நின்றாள். ஏற்கனவே அவள் உடல் கோணலாகத் தான் இருந்தது. இப்போது வெட்கத்தால் ஒதுங்கி நிற்கும் நிலையில் அவள் இன்னும் சிறிது கோணி காணப்பட்டாள்.

உங்கள் வரவு நல்வரவு ஆகுக, நீங்கள் இன்று வருவீர்கள் என்பது எங்களுக்கு முன் கூட்டியே தெரியும். அதற்கான நற்சகுனங்கள் எங்களுக்கு உறுதியாகத் தெரிந்தன.

முந்தாநாள் இரவு நீங்கள் வருவதுபோல என் மகள் ஓர் இன்பக் கனவு கண்டாள். அதற்கேற்ற நற்சகுனமாக அவளின் இடது தோளும் துடித்தது. விருந்தினர் வரவைத் தெரிவிக்கும் முகமாக நேற்றிலிருந்து காகம் ஒன்று கரைந்து கொண்டேயிருந்தது.

இந்தச் சமயம் பார்த்து வெளியே ஒரு குறத்தி நல்வாக்கு சொல்லிக் கொண்டிருந்தாள். யோகம் ஒன்று தேடி வரப் போகிறது என்று அவள் சொல்லும் போது சுவற்றிலிருந்த பல்லியும் உச்சுக் கொட்டி ஆமோதித்தது.

இப்படி எல்லாம் நல்ல சகுனங்களாக இருக்கவே, உனக்கு மாப்பிள்ளை வரப் போகிறார் என்று சொல்லிக் கொண்டு இருந்தேன். நான் சொல்லியபடியே தேடி வந்த மாப்பிள்ளையாக இன்று நீரே வந்துவிட்டீர்.

எல்லா மயக்குக்காரிகளைப் போல என் மகளையும் நினைத்து விடாதீர்கள். நாங்கள் பணத்துக்காக மயக்கும் வித்தைகள் செய்பவர்களல்லர். அப்படி பணத்துக்காக ஆசைப்படுபவர்கள் என்றால் இந்நேரம் இந்த வீடு இப்படி இருந்திருக்காது. உம்மைப் போல ஒரு நல்லவர் மாப்பிள்ளையாக வரவேண்டும் என்பதற்காகத்தான் இத்தனை நாளும் காத்துக் கொண்டிருந்தோம்; எண்ணியபடியே நீங்கள் வந்துவீட்டீர்கள்.

என் மகள் பார்ப்பதற்கு இப்ப மதமதவென்று வளர்ந்திருக்கிறாளே என்பதனால் அவளுக்கு வயது அதிகம் என்று கருதிவிடாதீர்கள். அவளுக்கு வயது பன்னிரண்டுதான் ஆகிறது. வயதுக்கு வந்து ஒரு மாதமே ஆகிறது.

"ஏதுந் தெரியாது ஈரா றுளவயது
மாதுருது வாயிஒரு மாதமுண்டு." நன்.572

உடம்பு இப்படி வளர்ந்து இருந்தாலும் பேதை அவளுக்கு எதுவுந்தெரியாது, சின்னஞ்சிறிய பெண். ஒழுங்காகச் சாப்பிடக் கூட தெரியாது. நான்தான் அவளுக்கு ஊட்டி விடுவேன். இனி எனக்கு அந்தக் கவலையும் இல்லை.

பேதை அவளுக்கு கொஞ்ச வயது தான் என்றாலும் உம்மைக் கூடிக் கலந்து கொஞ்சுவதற்கு ஏற்ற வயதுதான் அவளுக்கு

"கொஞ்சவய தானாலும்கூடி உமைக் கலந்து
கொஞ்ச வயதுகாண் கொற்றவரே!" கூள-505

அட கிழவிக்குக் கூட கவிபாட வருமோ?

அவள் மனதுக்குப் பிடித்தவராய் நீ வந்து விட்டதால் இனி வேறு யார் வந்து அழைத்தாலும் சம்மதிக்கமாட்டாள். இந்திரனே நேரில் வந்து கோடி பொன் கொடுத்தழைத்தாலும் திரும்பிக்கூட பார்க்க மாட்டாள். பாலிலே மெல்ல பழம் நழுவி விழுந்தது போல நல்லவராக நீங்கள் என் மகளுக்கு வாய்த்து விட்டீர்.

புலவரே! இருவரும் இணைபிரியாமல் இன்பமுடன் பூவும், மணமும்போல, குருவும் சீடனும்போல், உயிரும் உடலும்போல, மாப்பிள்ளையும் பெண்ணுமாய் தினமும் கலந்து நீங்கள் பெருவாழ்வு வாழ்ந்து பதினாறும் பெற்று பெருவாழ்வு வாழுங்கள் என்று வாழ்த்தி வரவேற்ற கிழவி மாமியார், மாப்பிள்ளை தூங்குவதற்கு நேரமாகிவிட்டது போலும் சீக்கிரம் அவரை அழைத்துப் போ என்று மகளுக்குக் கண்சாடை காட்டினாள்.

பெண்ணும் சாடையைப் புரிந்து கொண்டாள்.

கூள *614*

பள்ளியறை ஒப்பனைகள்

தாசியின் பள்ளியறையை அவளுடைய தோழியர் மிக ஆடம்பரமாக ஒப்பனை செய்திருந்ததை விறலி விடு தூதுக்கள் தெரிவிக்கின்றன.

பள்ளியறை மஞ்சத்தில் மெத்தை விரிக்கின்றனர், மலர் தூவுகின்றனர், பஞ்சு போன்ற பட்டுத் தலையணையை வைக்கின்றனர். செண்பக மாலைகளைக் கட்டித் தொங்கவிடுகின்றனர். கட்டிலின் கால் பகுதியில் குங்குமம், ஈழகளிப்பாக்கு கருப்பூரம், ஏலம், வெற்றிலை, விளக்கு முதலியவற்றை வைக்கின்றனர்.

பள்ளியறை வரவேற்பு

தாசியின் அறைக்குள் பள்ளியறையை ஒப்பனை செய்து முடித்த பின்பு சிங்கக்கால்கள் அமைந்த தந்த ஆசனத்தில் ரத்னக் கம்பளம் விரித்து வந்த விருந்தினரை அமர வைப்பர். அவர் சாய்ந்து உட்கார வசதியாகத் திண்டுகள் கொண்டுவந்து போடுவர். தோழிப் பெண்கள் வந்திருக்கும் விருந்தினரின் கால்களைப் பிடித்து விடுவர், அவர் முகத்தில் வரும் வேர்வையைத் துடைப்பர். ஆசுவாசம் தீர விசிறுவர் என்று செண்டலங்காரன் தூது சொல்கிறது.

பள்ளியறை காட்சிகள்

பள்ளியறை காட்சிகள் சற்று விரசத்தைத் தரக்கூடியவை. அதனால்தான் திரைப்படங்களில் கூட முதலிரவு காட்சியாக மலர் அலங்காரம் செய்த கட்டிலை அமைத்து, அங்கு கணவன் மனைவியை அமரச் செய்து நாசுக்காக ‘ வணக்கம்’ என்று போட்டு விடுகின்றனர். அந்த எல்லைக்குமேல் போனால் விரசமாயிருக்கும் என்பது அவர்களின் கணிப்பு. அப்படி ஒன்றும் இல்லை, அக்காட்சியை விரசமே இல்லாமல் சாதாரண நிகழ்ச்சி போலவே சுவாரசியமாகவும் சொல்ல முடியும் என்று விறலி விடு தூதுக்கள் எடுத்து சொல்லியுள்ளன.

அந்த ஆச்சரியத்தை நமக்குக் காட்டுகிறார் சுப்ரதீபகவிராயர்.

மதனாபிஷேகத்தின் படுக்கை அறைக்கு நம்மைக் கூட்டிச்செல்கிறார் புலவர்.

...மின்கொண்ட
சித்ரக் கொடுங்கையோ? செம்பொன்நிலை யோ? கதவிற்
பத்தியிட்ட கண்ணாடிப் பட்டமோ? கத்திரிப்பு

வேலை நிறைந்தபுது மேற்கட்டி யோ? சிறந்த
மாலை நிறைந்த வரிசையோ? கோவவச்ரக்
காலிட்ட தூங்குமஞ்சக் காந்தியோ? பட்டாடை
மேலிட்ட மல்லிகைப்பூ மெத்தையோ? ஏல்வைகண்டு
தாங்கிய தீ வட்டிக்குத் தானே தயிலம்விடப்
பாங்கில்வைத்த சூத்திரப்பொற் பாவையோ? தூங்குமஞ்சப்
பக்கத்தில் வெள்ளிப் படிக்கமோ பள்ளியறைத்
திக்குக்குத் திக்குமதிற் சித்திரத்தில் 46

மதனாபிஷேகத்தின் பள்ளியறையின் முகப்பு பொன்னால் இழைக்கப்பட்டு, தூண்களெல்லாம் இரத்தினம் பதிக்கப்பட்டு விளங்கியது. அறை முழுவதும் வாசனை, மலர் மாலைகள் வரிசை வரிசையாய் அழகாகத் தொங்கவிடப்பட்டிருந்தன. வச்சிரத்தால் காலிட்ட மஞ்சத்தில் மிகவும் பளபளப்பான உயர்ந்த பட்டாடை விரித்து, அதன்மீது மலர்மெத்தைப் போன்று மல்லிகைப் பூக்கள் பரப்பப்பட்டிருந்தது. எண்ணெய் குறைகிறபோது தனக்குத் தானே எண்ணெய் விட்டுக்கொண்டு ஒளிவிட்டுப் பிரகாசிக்கும் அமைப்புடன் கூடிய யந்திரப் பாவை விளக்கும், மஞ்சத்தினருகில் வெள்ளிப் படிக்கம் ஒன்றும் இருந்தது. இம்மாதிரி பலவகைப் பொருட்களுடன் அப்பள்ளியறை அழகாகத் தோற்றமளித்தது. சுவரின் நான்கு பக்கங்களிலும் மன்மதக்கலையை விளக்கும் பலவித ஓவியங்கள் தீட்டப்பட்டிருந்தன. இவைகளையெல்லாம் கண்டு களித்து வியப்பெய்தியவனாய் கொப்பத்தில் யானைபோல் சென்று அங்கிருந்த சப்ர மஞ்சத்திலேறி அமர்ந்தார் அவதானி.

அங்கே தங்கத் தட்டிலே பாக்கும், வெள்ளித் தட்டிலே இளந்துளிர் வெற்றிலையும், பொன்னால் செய்த பூக்கூடையிலே மல்லிகைப்பூ, பிச்சிப்பூ, வெட்டிவேர் முதலிய வாசனை மலர்களும், தங்கச் சிமிழில் சவ்வாது வாசனை கலந்த குர்ணாப்பட்டையும், பவளக்கிண்ணத்தில் சந்தனக் குழம்பு முதலியனவும் கொண்டுவரப்பட்டன.

அதுமட்டுமல்ல அக்கிளிமொழியாளுடன் கூடிக் கலந்து இன்பம் அனுபவித்தபின் களைப்பை ஆற்றிக்கொள்ள உண்ணுவதற்கேற்ற சிற்றுண்டிகளும், பீங்கானில் பன்னீர் செம்பு நிறைய வெந்நீர் இவையெல்லாம் தனித்தனியே இருந்தன. இவையெல்லாம் மாமியார் கொடுத்த வரிசைகளாம்.

மதனா பணிசெய்யக் காத்திருந்த தோழிகளை அறையை விட்டுச் செல்லுமாறு கண்சாடை காட்டினாள். அவர்களும் அகன்றனர்.

இப்பொழுது தாசியின் வரவேற்பு ஆரம்பமாகிறது.

மதனா பள்ளியறையை நோக்கி வருகிறாள். முதலிரவு மணமகள் போல் பள்ளியறை வாசலில் வெட்கத்தோடு நிற்கிறாள். நாணத்தால் தலை கவிழ்ந்தாள். முன்னால் செல்வதற்குக் கூசினாள். ஒன்றும் தெரியாத அப்பாவி போல் ஒதுங்கி நின்றாள்.

அவள் உதட்டில் கொஞ்சமாய் சிரிப்பு எட்டிப் பார்த்தது. அது வெட்கம் கலந்த நமட்டுச் சிரிப்பு. அந்தச் சிரிப்பு வந்திருப்பவர்க்குத் தெரிந்து விட்டதே என்று அஞ்சியவளாய், உடனே வாயைப் பொத்திக் கொண்டாள். அப்படியும் அவளால் சிரிப்பை அடக்க முடியவில்லை.

மௌனம் கலைகிறாள். அட்டவதானியை வரவேற்கத் தயாராகிறாள். இருகரம் கூப்பி அவரை வணங்கியவள், காதலரைச் சேர்ந்தறியாக் கன்னிபோல், ஆதறியாப் பேதை போல், கூச்சத்துடன் மெல்லப் பேசுகிறாள்.

மாதவரே! மண்டபத்தில் ஆடும்போதுதான் முதன்முதலாக உங்களைப் பார்த்தேன். பார்த்த முதல் பார்வையிலேயே உங்களை எனக்கு மிகவும் பிடித்து விட்டது. உங்களைப் பார்த்தது முதல் என் மனது என் வசமில்லை. உங்கள் மேல் காதலாகி, என் தோழி பொன்னியைவிட்டு உங்களை அழைத்துவரச் சொன்னேன். ஆனால் அவளோ உங்களை எங்கும் காணோம் என்று திரும்பி வந்து விட்டாள். ஆனால் தெள்ளு தமிழ்ப்பாட்டிலே வல்லவரே! நான் வணங்கும் என்னுடைய குலதெய்வம் என்னைக் கைவிடவில்லை. உங்களை என் வீட்டிற்கே கூட்டி வந்து விட்டதே!

கோயிலிலிருந்து வீடு திரும்பியதும் வீட்டில் இருப்புக் கொள்ளவில்லை. நீங்கள் எப்படியும் தேடியிருப்பீர்கள் என்பது எனக்குத் தெரியும் விசாரித்துக் கொண்டாவது வந்து விடுவீர் என்பதற்காக வாசற்படிக்கும், தோட்டத்திற்கும் நடையாய் நடந்து எதிர்நோக்கியிருந்தேன்.

நல்லவேளை வந்துவிட்டீர். வந்தது தான் வந்தீர் ஏன் அன்னியர்போல் வாசற்படியிலேயே நிற்க வேண்டும்? நீங்கள் இங்கே வருவதற்கு பணயமும் வேண்டுமா? இது உங்களது வீடு அல்லவா, உரிமையோடு வரவேண்டியது தானே!

நீங்கள் பூவொன்று கண்டேன்' முகர்ந்து பார்த்துச் சென்று விடலாம் என்று வந்துள்ளீர்கள். ஆனால் உங்கள் வருகையை நான் சாதாரணமாக எடுத்தக் கொள்ளமாட்டேன்.

எல்லோரையும் போல என்னையும் அணைத்துவிட்டுச் செல்வதற்கு நான் விடமாட்டேன். மற்றவரும் நீங்களும் ஒன்றல்ல. நீங்கள் என் உயிரினும் மேலானவர். நீங்கள் அந்த சொக்கநாதர் எனக்களித்த பரிசு. அத்தனை சுலபத்தில் அதனை இழந்துவிட சம்மதிக்க மாட்டேன்.

அவள் பேசப் பேச அவர் மயக்கத்தில் சொக்கிக் கொண்டிருந்தார்.

இதைத்தான் ஜாலவித்தை என்பார்களோ? அவள் வார்த்தை ஜாலம் செய்து கொண்டிருந்தாள். அவள் சொல்வதெல்லாம் சத்தியமான உண்மை என்றே அவர் நம்பினார்.

பாவம், இதே வசனத்தை அவள் எத்தனைப் பேரிடம் பேசியிருப்பாள் என்பது அவருக்குத் தெரியாது போலும்.

அவளது கையைப் பிடித்து, அருகில் அமர்த்தி, அவளது முகத்தைப் பார்த்தார். பொய் சொல்லும் முகமா அது, அவள் சொன்ன அந்தப் பொய்ப் பாசாங்கு எல்லாம் நிஜமென்றே நம்பிக் கொண்டிருந்தார்.

யாழ் எடுத்தாள். மீட்டினாள். இல்லைத் தடவினாள். அது... அது வெல்லத்தில் பிழிந்தெடுத்த சாறாய் இனித்தது.

நான் பாடட்டுமா என்று கேட்டு கையால் வீணை எடுத்துப் பாட ஆரம்பித்தாள். கான இசைகாட்டிக் கண் காட்டிப் பண் காட்டும் காதுக்கு இதம் படைத்தாள். பாட்டு தேனாய் இனித்தது.

இந்த இசையின்பத்துக்கு ஏதாவது பரிசு தர வேண்டுமே!

தன் கையிலிருந்த மோதிரத்தைக் கழற்றி அவளுக்கு அணிவித்தார். அதன் நிறை தொண்ணூறு பொன் பெறும்.* கழுத்தில் அணிந்திருந்த வைரமணி மாலையைக் கழற்றி அவள் மார்பில் அணிவித்தார். அந்த மாலை எண்ணூறு பொன் பெறும்.

அதற்கு மேல் அவரால் பொறுக்க முடியவில்லை...

நின்றுகொண்டிருந்த மதனாவை கட்டிலில் அமரச் செய்தார். நாணத்தோடு தலை குனிந்திருந்த அவளது முகத்தை நிமிர்த்தி, முகத்தோடு முகம் வைத்து, கண்ணோடு கண்சேர்த்து ஆவலுடன் நோக்கினார். மனம் குளிரப்பேசி மல்லிகை மலர், பிச்சிப்பூ ஆகியவற்றைச்சூடி, சவ்வாது, சந்தனம் முதலிய வாசனைப் பொருட்களைப் பூசியபடி அன்புடன் வெற்றிலை மடித்துக் கொடுத்தாள். அதைக் கொஞ்சம் தன் வாயால் கடித்தும் கொடுத்தாள். அதன்பின் கொஞ்சியபடி அவர் மடியில் சாய்ந்து படுத்தாள். உடலெங்கும், உள்ளமெங்கும் ஒரே மகிழ்ச்சி. அவளை அப்படியே வாரி எடுத்து அணைத்தார்.

அன்று ஆயிரங்கால் மண்டபத்தில் அவள் நாட்டியம் ஆடியதைப்போல அவளின் ஒவ்வொரு அங்கங்களும் அசைந்து மன்மதக் கூத்தாடின. அன்றில் பறவைகள் எப்போதும் ஒன்றை விட்டு ஒன்று பிரியாததைப்போல இருவரும் உடலாலும், உயிராலும் ஒன்றாகி, மோகமும், மோகமும் கலந்தாற்போல ஆனார்கள்.

அப்போது மதனா நீண்டதொரு பெருமூச்சு விட்டு, "முருங்கமரம் தூணாக முடியுமா? ஆணென்றால் உம்மைப் போல எல்லோரையும் ஆண்மையுடையவராகக் கருத முடியுமா? முருக்கம் பூவை யார்தான் சூடுவர்? சூடினாலும் அதற்கு மருக்கொழுந்து வாசம் உண்டாகுமா? ஆண்மை என்றால் உருவத்தோற்றம் ஒன்றினால் மட்டும் ஆண்மையுள்ளவனாகி விட முடியுமா? ஆகையால் இனி நீங்கள்தான் என் பள்ளியறைத் தனித்தலைவர். வேறெவர்க்கும் இனி இங்கு இடமில்லை. வேறு எவரும் இங்குக் காலடிகூட எடுத்து வைக்க முடியாது. யார் வரினும் அவர் முகத்தை

* கூள. பக் 73 (473-493)

ஏறிட்டும் பாரேன்" என்று இன்பமுடன் அன்பொழுகக் கூறினாள்.

இவ்வாறெல்லாம் பலவிதமாகப் புகழ்ந்து யானைக்கு அதன் பாகன் கவளம் ஊட்டுவதுபோல மதனா அவர்க்கு புசிக்க கனி கொடுத்தாள், சுண்டக் காய்ச்சிய பால் கொடுத்தாள், அன்பு பொங்க மகிழ்ச்சியுடன், சாப்பிடும், சாப்பிடும் என்று உண்ண, உண்ண ஊட்டினாள். இருந்தாலும் அந்த மின்னற் கொடியாளின் இதழமுதம் போல் அவையெல்லாம் அவருக்கு இனிப்பைத் தரவில்லை. அவர்கள் இருவரும் மீண்டும் மீண்டும் சொர்க்கபோகத்தில் மிதந்து அனுபவித்ததைச் சொல்வதென்றால் நான்கு நாளாவது ஆகும். எங்கும், எப்போதும் இன்பமின்றி வேறொன்றையும் அறிந்திருக் மாட்டார்கள். அதற்குள் விடிந்து விட்டது.

பொழுது விடிந்தது! மதனாவின் ஆலிங்கனத்தால் அவர் மார்புமீது கிடந்த வெண்பூணூல் மஞ்கள் நிறமாகி, பொன் பூணூலாகக் காட்சியளித்ததைக் கண்டு மனம் மகிழ்ந்தார். மற்ற ஆடவர்கள் கண்டு பொறாமை கொள்ளும்படியாக அழுந்தப் பதிந்திருந்த அவளது நகக்குறிகளுடன் வைகை நதிக்கு நீராடச் சென்றார்.

●●●

14. தாசியர் வசியம்

ஆடவர்கள் தங்களை விட்டுப் பிரியாமல் இருப்பதற்கும், தான் சொன்னபடியெல்லாம் கேட்பதற்கும் தாசியர்கள் வசிய மருந்தைப் பயன்படுத்தியுள்ளதை விறலிவிடு தூதுக்கள் தெரிவிக்கின்றன. தாசியர்களுக்கு மட்டுமே தயாரிக்கத் தெரிந்த இந்த வசிய மருந்தை அவர்களின் விருந்தினராக வரும் ஆடவர்கள் உண்ணும் விருந்தில் சாப்பாட்டில், வாழைப்பழத்தில், அப்பளத்தில், தாம்பூலம் தரிக்கும் சுண்ணாம்பு ஆகியவற்றில் கலந்து கொடுத்து தங்கள் விருப்பப்படி அவர்களை ஆட்டி வைத்துப் பொருள் பறித்ததை விறலி விடு தூதுக்கள் தெரியப்படுத்துகின்றன.

"வாழைப்பழத்தை மனது உகந்த அப்பளத்தில்
தோழிப்பெண் கொண்டு வரும் சுண்ணாம்பில்பாழ் அறிவாள்
இட்டாள், மதி கலக்கமிட்டேன்" 47

ஒழுக்கமற்ற வாழ்க்கையை வாழ்ந்த தாசியர்கள் தங்களிடம் வரும் பெருஞ்செல்வந்தர்களின் பொருள்களைப் பறிப்பதற்கு மருந்தீடு முறையேயன்றி ஆள்மயக்கிப் பொட்டு வைக்கும் முறையையும் பயன்படுத்தியதை விறலிவிடு தூதுக்கள் தெரிவிக்கின்றன.

ஆள்மயக்கிப் பொட்டு

இது நெற்றியில் இடும் திலகமா அல்லது சாப்பாட்டில் கலந்து கொடுக்கும் வசிய மருந்து வகையா என்பது தெளிவாகத் தெரியவில்லை. இதனை சொக்குப்பொடி என்ற பெயரிலும் தாசியர் குறிப்பிடுகின்றனர்.

காமரசக்குளிகைக் கண்ணாடி என்ற தாசியின் தாய், தனக்குத் தன் பாட்டி விஷ்ணுக்கிரந்தி தைலத்தில் தயாரித்துத் தரப்பட்ட ஆள் மயக்கும் திலகத்தை அவளுக்குத் தேவைப்படும் என்பதற்காகப் பத்திரப்படுத்தி வைத்திருப்பதாகக் கூறுவதிலிருந்து இது காலம் காலமாக தாசியர் தயாரித்து வைத்திருக்கும் ஒரு வகை வசிய மருந்தாக இருக்கலாம் என்று தெரிகிறது.

தொட்டுதற் கென்பாட்டி செய்திருந்தபொட்டதுகேள்
விஷ்ணு கிரந்தித் தயில மேயிறக்கிக் கொண்டு தந்த
திட்டுமது ஆள் முழுங்கித் திலதம் இட்டு நான்
சோத்திலேயுஞ் சாத்திலேயுஞ் சொக்குப்பொடி கலந்து
சேத்தினேன் கைமருந்தில் சிக்கிவிட்டான் பாழ்த்தபயல் 48

தாசியருக்கும் வசிய மருந்து

தம்மை நாடிவரும் ஆடவர்க்கு தாசியர்தான் வசிய மருந்து வைப்பார் என்பதில்லை. தாசியை அண்டவிடாமல் செய்யும் தாய்க்கிழவிக்கும், அவளது மகளான தாசிக்கும் சில சாமார்த்தியசாலிகள் வசிய மருந்து வைத்த விபரமும் விறலி விடு தூதுக்களில் கிடைக்கின்றன.

'மாமியாருக்கு சோப்புப் போட்டால் மகளை மஜா பண்ணிக்கலாம்' என்பது ஒரு திரைப்படப் பாடல் மட்டுமல்ல பழமொழியும்கூட. இதற்கு தாசி அபரஞ்சிக் கதையே உதாரணமாகும்.

தாசி அபரஞ்சி மீது மோகம் கொண்ட கோயில் குருக்கள் ஒருவர் அவளை அடைவதற்காக வசியப் பொடியைத் தயாரித்து அபரஞ்சி வீட்டில் வேலை செய்யும் சிங்காரியிடம் கோயில் பிரசாதமான பொங்கலில் கலந்து கொடுக்கிறார்.

வசியப் பொடியைச் சாப்பிட்டதும் தாசி அபரஞ்சி தன்னைத் தேடி வருவாள் என்று குருக்கள் எதிர்பார்த்தார். ஆனால் அபரஞ்சியிடம் பிரசாதத்தைக் கொடுக்காத வேலைக்காரி தானே அதனைச் சாப்பிட்டதுடன் மிகுந்ததை அங்கிருந்த ஆட்டுக்கும் வைத்து விடுகிறாள்.

பிரசாதத்தைச் சாப்பிட்ட சிங்காரியும், மிகுதியைச் சாப்பிட்ட ஆடும் கோயில் குருக்களைச் சுற்றத் தொடங்கின.

தனது திட்டம் நிறைவேறாத நிலையில் கோயில் குளக்கரையில் படுத்து தாசி அபரஞ்சியைப் பற்றிக் கனவு காண்கிறார்.

இந்தக் கதைதான் சற்று மாறுதலுடன் விறலிவிடு தூதுக்களில் கூறப்படுகிறது.

தாசியை அடைவதற்கத் தடையாயிருப்பவள் அவளது தாயே. அறிமுகமிருந்தாலும் சரி, அறிமுகம் இல்லாவிட்டாலும் சரி அவள் அனுமதியின்றி தாசியை நெருங்க விடமாட்டாள். அதனால் தாய்க்கிழவியை வசியபடுத்திவிட்டால் போதும், பிறகு தாசியை அடைவது மிகவும் எளிது என்று கருதி கிழவியை வசியப்படுத்த வசிய மருந்தொன்றையும் ஆடவர்கள் பயன்படுத்திய விதத்தை விறலிவிடு தூதுக்கள் தெரிவிக்கின்றன.

கொள்ளும்படிக்குக் குளிகை ஒன்று தாய்க்கிழவிப்
பள்ளியறைக்குள் புதைக்கப் பார்ப்பாரும் 49

இந்த வசிய மருந்தை கிழவிக்கு நேரிடையாகக் கொடுக்க முடியாதாகையால் குளிகையாகச் செய்து அவளது பள்ளியறையில் புதைத்தும் வைத்ததாகக் கூறப்படுகிறது. தாய்க்கிழவியை வசீகரிக்க இந்தத் தந்திரயுக்தியை அக்காலத்தில் சிலர் பயன்படுத்தியுள்ளனர்.

தாசியை அடையவேண்டுமானால் தாய்க்கண்ணில் பொன்னைக் காட்ட வேண்டும். ஆனால் நம்மிடம் பொற்காசுகள் ஏதும் இல்லையே! நாம் உழைக்கும் உழைப்பிற்கு செப்பு காசுகளைத்தானே சம்பாதிக்க முடிகிறது. செம்பு பொன்னாக வேண்டுமானால் இரசவாதம்தான் செய்ய வேண்டும். தாசிக்குப் பொன் கொடுக்க வேண்டுமென்பதற்காக குகைக்குள் அமர்ந்து இரசவாதம் செய்யும் முயற்சியிலும் இறங்கினர் சிலர். பல மூலிகைகளுடன் பாதரசத்தைக் கலந்து செம்பைப் பொன்னாக்கச் செய்த அந்த முயற்சியில் கிளம்பிய புகையானது அவர்களுடைய கண்ணைக் கெடுத்து மாலைக்கண்ணாக்கிவிட்ட செய்தியையும் விறலிவிடு தூதுக்கள் தெரிவிக்கின்றன.

................................ஈங்கிவளுக்கு
ஈயவகை காணோம் இரதம் பொன்னாக்கவது

பாயம் என்று மித்ரம் பலகூட்டித் தீயில்
குகையிலே வைத்துக் குனிந்தூதி வாதப்
புகையிலடி பட்டுப் புகைந்துதிசைதெரியா
மாலைக்கண்ணாகி........மதிமயங்கி 50

தாசியை நாடிவரும் ஆடவர்களுக்குத் தாய்க்கிழவியென்றால் அவ்வளவு பயம். ஆயினும் தாசியை அடைய கிழவிக்கு வசிய மருந்தை தோழியர் மூலமாக உணவிலோ, அல்லது வசிய உருண்டைகளைப் படுக்கை அறையிலோ தந்திரமாகப் புதைத்து வைத்துள்ளனர் என்று அறியப்படுகிறது.

வசியத்தை முறிக்கும் மருந்து

ஊருக்கெல்லாம் வசியமருந்து கொடுக்கும் தாசியர்கள் தாங்களும் அத்தகைய வசிய மருந்தால் பாதிக்கப்பட்டதை உணரும்பொழுது அதற்கு மாற்று மருந்தாகப் பூசணிக்காயை கறி சமைத்து அவர்கள் சாப்பிட்டுள்ளதை சிதம்பரேசர் தூது தெரிவிக்கிறது. சாம்பல் பூசணி வசியமருந்தை முறிக்கும் குணமுடையது.

மாசினத்தை ஒத்த மருந்து முறியக் கறியாய்ப்
பூசுணைக்காய் கூட்டி 51

அவதானிக்கு வசிய மருந்து

தம்மிடம் ஒரு நாள் விருந்தினராக வந்திருக்கும் அவதானியின் கையிருப்பு மதனாபிஷேகத்திற்கும் அவளது தாய்க்கும் தெரிந்து விடுகிறது. அதனை அவ்வளவு சீக்கிரத்தில் விட்டு விடுவார்களா என்ன! ஏன்? எதற்கு? என்று கேள்வி கேட்காமல் மகளின் மோகத்திலே அள்ளி அள்ளிக் கொடுக்கும் மந்திர சூத்திரமாயிற்றே!

ஆடவர் கூட்டமே அஞ்சி நடுங்கும் வசிய மருந்தைப் பயன்படுத்த வேண்டிய கட்டத்திற்கு மதனாபிஷேகமும் அவளது தாயும் வந்து விட்டனர். அவதானி வைத்திருக்கும் கையிருப்புப் பொருள் அத்தனையும் பறிப்பதற்கு வசிய மருந்து தயாரிப்பில் இறங்குகின்றாள் கிழவி.

ஒரு சூரிய கிரகணத்தின்போது அனேக விதமான வன மூலிகைகளைத் தேடிச் சேகரித்தாள். அந்த வனமூலிகைகளோடு பலவகையான மருந்து சரக்குகளைக் கடையில் வாங்கிச் சேர்த்துக் கொண்டாள். பலவகைக் காட்டுப் பிராணிகளின்

விதவிதமான உறுப்புகளையும், மாமிசத்தையும் சேகரித்துக் கொண்டாள். அவற்றுள் வனமூலிகைகளை ஆவியில் வேகவைத்துத் தைலமாகக் காய்ச்சிக் கொண்டாள். கடைச் சரக்கையெல்லாம் பேய்க்கரும்புச் சாற்றை விட்டு, மைபோல அரைத்து உருட்டி எடுத்துக் கொண்டாள். வனவிலங்குகள் உறுப்புகளையெல்லாம் சாராயத்தில் ஊறவைத்து, சமையலறை அடுப்பின் கீழ் குழிதோண்டி ஒரு மாதம் வரை புதைத்து வைத்திருந்து எடுத்து, அந்த ஊறலுடன் எல்லாவற்றையும் ஒன்றாகச் சேர்த்து, அம்மியில் வைத்து மூன்று நாள் வரை நன்றாக மசித்து, மையாக்கி உருட்டி எடுத்துக் கொண்டு, அதைத் தன் மகளிடம் கொடுத்து, இதன் குணம் தவறாது பலிதமாகும் என்று உறுதி கூறினாள்.

தாசியின் மோக மயக்கத்திலே மூழ்கி இருந்த அவதானிக்கு வசிய மருந்தை அவர் அறியா வண்ணம் அப்பளத்திலும், பழத்திலும், சுண்ணாம்பிலும் கலந்து கொடுத்து விட்டாள் மதனாபிஷேகம். அதன் விளைவு சதா மதனாவே கதியென்ற நிலைக்கு ஆளாகி விட்டார் அவதானி.

●●●

தாசிக்கள் தரும் இந்த வசிய மருந்தை முச்சலீலிகை என்ற பெயரால் அருணகிரிநாதர் குறிப்பிடுகின்றார். வாய்நீர், சிறுநீர், நாதநீர் ஆகிய மூன்று நீர்கள் சம்பந்தமான சொக்கு மருந்து. இதனை கரும்பின் சாற்றோடு அரைத்து அந்த மருந்து உருண்டைகளை நிழலிடத்தை உலர்த்தி, அவைகளுக்கு வாசனைப் பலவும் தடவி அதனை வெற்றிலையின் புறத்தே தடவி கொடுத்துவிடுவர் என்று அருணகிரிநாதர் குறிப்பிடுகின்றார்.*

* திருப்புகழ் 628, 654

15. தாசியர் குலதெய்வ வழிபாடு

தாசியர்கள் தாங்கள் பணிசெய்யும் அந்தந்த கோயில்களின் தெய்வங்களை வழிபடுவதோடு, தனிப்பட்ட முறையில் குலதெய்வ வழிபாட்டுமுறையினையும் அவர்கள் கொண்டிருந்தமையை அறிய முடிகிறது.

அவர்கள் நாட்டுப்புற காவல் தெய்வங்களையே தங்கள் குலதெய்வங்களாகக் கொண்டிருப்பதும், அந்தத் தெய்வங்களை முறையாக வழிபடாவிட்டால், தங்களுக்குப் பலவிதமான நோய்கள் ஏற்படும் என்று நம்பிக்கைக் கொண்டிருந்ததையும் விறலிவிடு தூதுக்கள் தெரிவிக்கின்றன.

இந்த குலதெய்வ வழிபாட்டை தாசியர்கள் தங்கள் சொந்தப் பணத்தில் செய்து வழிபடமாட்டார்கள் என்றும், வழிபாட்டு செலவுகள் அத்தனையும் தங்களை நாடி வந்திருக்கும் அன்புக்குரிய ஆடவர்களின் செலவினிலேயே நடத்தப்பட வேண்டுமென்பதும் அவர்களின் விருப்பமாயிருக்கின்றது. விறலிவிடு தூதுக்களில் வரும் எல்லாத் தாசிகளுமே இந்தச் சித்தாந்தத்தைக் கொண்டிருந்ததை அறிய முடிகிறது.

இந்த வழிபாடுகளை அவர்கள் தங்களின் வாடிக்கையாளர்களிடம் பொருள் பறிக்கும் ஒரு நாடகமாகவே நடத்திக் கொண்டிருந்ததை கூளப்ப நாயக்கன் தூது உறுதிப்படுத்துகின்றது.

அந்நூலின் நாயகி மதனாபிஷேகம் திடீரென்று வயிற்றுவலியால் துடிக்கும் போது, அதற்கான வைத்தியம் செய்ய அவதானி முற்படுகையில், அவளின் நோயானது வைத்திய முறைகளினால் சரியாகாது என்றும் குடும்ப குலதெய்வ வழிபாட்டில் நேர்த்திக் கடன் செய்யாததால் இப்பொழுது அவளுக்கு உடல்நலக் குறைவு ஏற்பட்டுள்ளது என்றும், அது சரியாக வேண்டுமென்றால், அதற்கான பரிகாரங்களைச் செய்ய வேண்டும் என்று தாய்க்கிழவி தெரிவிக்கிறாள்.

என்ன பரிகாரம்?

கையில் அரிவாளுடன் உருவம் ஒன்று செய்யவேண்டும், அதனைப் பொன் குஞ்சம் கட்டிய தலைப்பாகையால் அலங்கரிக்க வேண்டும். அதன் இரு கால்களுக்கும் பொன்னால் செய்யப்பட்ட சிலம்புகள் இடவேண்டும். பலி கொடுத்துப் பூசை செய்வதற்குக் குட்டி ஈனாத இரண்டு ஆடுகளும், சிவப்பு நிறச் சேவலும் வேண்டும், என்று பரிகார பூசைப் பொருட்களைப் பட்டியலிடுகிறாள் தாய்க்கிழவி.

இந்தப் பூசைகளைத் தாசியர்கள்தான் தங்கள் செலவில் செய்தாக வேண்டும். ஆனால் அவர்களோ எனக்கு உடம்பு சரியானால் அவருக்கு மொட்டைப் போடுகிறேன் என்று வேண்டிக் கொள்வதைப் போல வந்த வாடிக்கையாளரின் செலவில் பூசை செய்வதாக வேண்டிக் கொள்கின்றனர். செலவுகளுக்கான பணத்தை அவர்கள் தந்தவுடன், அதனை வாங்கிக் கொண்டு, நோய்கள் தீர்ந்த பத்தாவது நாள் பூசைகளைச் செய்வோமென்று வேண்டிக் கொண்டு, அதற்காகப் பட்டுத்துணியில் மஞ்சள் தடவி முடிச்சிட்டு கையில் கட்டிக் கொள்கின்றனர்.

சொன்ன மாதிரியே பின்னர் பூசை செய்தார்களா என்றால், செய்தார்கள் என்றுதான் சொல்லவேண்டும், ஆனால் வாங்கியப் பொருளுக்கு செய்தார்களா? என்று கணக்கெல்லாம் பார்க்கக்கூடாது.

சிதம்பரேசர், சேதுபதி, செண்டலங்காரன், கூளப்ப நாயக்கன் ஆகிய தூதுக்கள், தாசியர்களின் இந்தக் குலதெய்வ வழிபாட்டினை சற்று விரிவாகவே சொல்லுகின்றன.

உண்மையில் குலதெய்வ வழிபாட்டில் குறைவு வைத்ததால் எந்த தாசிக்கும் உடல்நலக்குறைவு ஏற்படுவதில்லை. இவை அத்தனையும் தாயும், மகளும் சேர்ந்து நடத்துகின்ற ஒரு நாடகம் என்பதை எல்லா தூது நூல்களும் நேரிடையாகவேத் தெரிவிக்கின்றன.

நோய் வந்தால் அதற்கான சிகிச்சைகளுக்காக வைத்தியனை நாடாமல், அது குலதெய்வ வழிபாட்டின் குறைபாடு என்று தாய்க்கிழவியே சொல்வதும், தாசியைத் தொடமுடியாத அளவுக்கு நோயின் தீவிரம் இருப்பதுபோல் அவர்கள் நடிப்பு நடிப்பதும் பொன்பறிக்கும் நாடகத்தின் உச்சக்கட்ட அரங்கேற்றமாகும்.

தாசியை நாடிவந்தவர்கள் எந்தத் தண்டனை கொடுத்தாலும் ஏற்றுக் கொள்வர், ஆனால் அவளைத் தொடவேண்டாம் என்ற நிபந்தனையை மட்டும் ஏற்றுக்கொள்ள மாட்டார்கள். இதற்காகவா இத்தனை செலவு செய்து அவளிடம் தங்கிக் கொண்டிருக்கிறோம்? இவள் குணமாக என்ன செலவு ஆகிவிடப்போகிறது? அதற்கான செலவை நானே செய்கிறேன் என்று முன் வருகிறார். எப்படியோ அவள் குணமானால் சரி, என்ற மனநிலைக்கு அவர்கள் வரும்போதுதான் அந்தப் பரிகாரத்திற்கான செலவுத் தொகை சொல்லப்படுகிறது. அதற்கான பொற்காசுகளும் பெறப்படுகிறது.

எப்படியோ குணமானால் சரி, என்ற முடிவுக்கு அவர்கள் வந்தபின் எவ்வளவு செலவாகும் என்பதைப் பற்றி அவர்கள் கவலைப்பட மாட்டார்கள் என்று ஆடவரின் நாடித்துடிப்பை தாசியர்கள் நன்றாகவே அறிந்து வைத்திருந்ததை விறலிவிடு தூதுக்கள் புலப்படுத்துகின்றன.

தாசிகள், சின்ன கறுப்பன், வன்னியடி வீரன், இருளப்பன், பிடாரி, பாவாடைராயன், பூவாடைக்காரி முதலான நாட்டுப்புறத் தெய்வங்களைத் தங்களின் குலதெய்வங்களாக வழிபட்டுள்ளமையை விறலிவிடு தூதுக்கள் தெரிவிக்கின்றன. ஆனால் இவைகளுக்கு அளிக்கப்படும் காணிக்கை பொருட்களின் எண்ணிக்கை மிகைப்படுத்திச் சொல்லப்படுவதாகத் தெரிகிறது.

சின்ன கறுப்பனுக்குக் கொடுக்கப்பட வேண்டிய காணிக்கையாகச் சொல்லப்பட்ட, கன்று ஈனாத ஐந்து பெண் ஆடு, எட்டுக்கலம் பச்சரிசி, சூலுடன் உள்ள பன்றிக்குட்டிப் பத்து, முட்டையிடும் பதினைந்து சாதிப் பெண் கோழிகள், வெட்டறிவாள், கச்சையில் கட்டும் கறுப்புத் துணி ஆகிய காணிக்கைப் பொருட்கள். ஆனால் இவை நகைப்பிற்கிடமானவையாகத் தோன்றுகின்றன.

திரண்ட நாள் கொண்டாட்டம் (மாடன் வழிபாடு)

வருடா வருடம் கொண்டாடும் பிறந்த நாள் கொண்டாட்டம் பற்றி கேள்விப்பட்டிருப்போம்; ஆனால் தாசியர் திரண்ட நாள் கொண்டாட்டம் என்று வருடந்தோறும் பூப்பெய்திய நாளை அவர்கள் கொண்டாடும் வழக்கம் பற்றி தெய்வச்சிலையார் விறலி விடு தூது சொல்கிறது.

இந்தக் கொண்டாட்டம் பிறந்த நாள் விழாபோல வருடா வருடம் கோலாகலமாகக் கொண்டாடப்படுமாம். அப்போது மாடன் என்ற தெய்வத்திற்கு விசேட வழிபாடு நடத்தப்படுமாம். அதற்கு ஆடு, பன்றி, கோழி, பலியிடப்படும். விழாவின் சிறப்பு நிகழ்ச்சியாக அங்கு வில்லுப்பாட்டு, கொட்டு, கணியன் கூத்து முதலியனவும் நடைபெறுமாம் எல்லாம் வருபவர் செலவில்தான்.

> "செந்தளிர்க் கை நல்லாள் திரண்ட நாள்வந்து தொட்ட
> மாடன் என்ற தேவதைக்கு வைச்சு வணங்குவளாம்
> ஆடு பன்றி கோழி இவை அல்லாமல்பாடுகின்ற
> வில்லாம் முரசாம் கைவெட்டும் கணியானாம்
> எல்லா வகைக்கும் எழுபது பொன்"

●●●

16. பொருள் பறிக்கும் சாகசங்கள்

தாசிப் பெண்கள் தம்மை நாடி வருவோரிடம் பலவகையான காரணங்களைக் கூறிப் பொன்னைப் பறித்த விதங்களை விறலி விடு தூது நூல்கள் சுட்டிக் காட்டுகின்றன.

எல்லா தாசிகளுமே வெளியூரில் திருவிழாவைக் காணப் போகவேண்டும் என்று விருந்தினரை அழைத்துச் சென்று தான் அணிந்து சென்ற நகைகளையெல்லாம் கள்வர்கள் திருடிக் கொண்டதாக நாடகமாடி, புதிய ஆபரணங்களையும், ஆடைகளையும் அவரிடமிருந்து வாங்கிக் கொள்வது தான் முதலாவது வேடுபறி.

அவர்கள் கொடுத்த வசியமருந்து வேலை செய்கிறதா என்பதைச் சோதித்தறியும் வேடுபறி இது.

கிழவி தன் ஆட்டத்தை ஆரம்பித்தாள்.

அழகர் கோயிலில் ஆடித்திருநாள் விழா நடக்கிறது. ஊரிலுள்ள ஜனங்கள் எல்லாம் செல்லுகின்றனர். நீங்களும் போய் தீர்த்தமாடி வந்தால் எல்லோருக்கும் நல்ல பலன் கிடைக்கும் போய் வாருங்களேன் என்று சொல்லியபடி அவதானியைப் பார்த்தாள்.

அவதானி மதனாவைப் பார்த்தார். "மதனா! நீயும் வந்தால் தான் அந்தத் திருவிழாவுக்கே தனிச் சிறப்பாக இருக்கும். நான் மட்டும் தனியே சென்றால் திருவிழா சிறக்காது என்றார்.

“உம்மைப் பிரிந்து நான் மட்டும் தனியே இருந்திடுவேனா? நானும் வருகிறேன் என்று கிளம்பினாள். மதனாவை தேவதையைப் போல நகையாலே அலங்காரம் செய்தாள் தாய்க் கிழவி. அந்த அழகை ஆசைத் தீர அள்ளி பருகினார் அவதானி.

அணிந்திருந்த நகைகள் அத்தனையும் பித்தளை என்பது தாய்க்கும் மகளுக்கும் மட்டுமே தெரிந்த ரகசியம். ஆனால் அவை அத்தனையும் விலை உயர்ந்த நகைகள் என்று அவர்கள் சொல்லிக் கொண்டனர்.

திருவிழாவுக்குப் புறப்பட்ட அவ்விருவருடன் துணைக்கு வருவதாகச் சொல்லி கிழவியும் சேர்ந்து கொண்டாள்.

அருவியில் நீராடினர். அழகரையும் தரிசித்தனர். திரும்பி வரும் வழியில் கிழவி தன் ஆட்டத்தைத் தொடங்கினாள்.

ஐயோ மாப்பிள்ளை! அருவியில் நீராடும் போது அவிழ்த்து வைத்த சரிகை இட்ட சேலையை அங்கேயே வைத்துவிட்டேனே என்று பதட்டத்துடன் பாசாங்கு செய்தாள் கிழவி.

மாமியார் வருந்தினால் மருமகன் மனது தாங்குமா? புடவையை எடுத்துவர விரைந்தோடினார் அவதானி.

புடவையை எடுத்துக் கொண்டு திரும்பி வந்து பார்த்தால், அவருடைய ஆசைக்குரிய மதனா, முருங்கை இலை உருவிய கோல் போல் ஒரு நகையுமில்லாமல் மொட்டையாக நின்றாள்.

“ஏன் என்னவாயிற்று? என்றார் அவதானி.

“நீங்கள் போனவுடன் இங்கே தனியே இருக்க வேண்டாம். வா! கும்பலோடு கும்பலாய் வீட்டுக்குச் சென்று விடலாம். ஐயர் வீட்டுக்கு வந்து விடுவார் என்றாள் என் அம்மா; ஆனால் நான் போக மறுத்ததுடன் உனக்குப் பயமாயிருந்தால் நீ போ, அவரை விட்டு நான் தனியே வரமாட்டேன் என்று சொல்லி விட்டேன்; அம்மாவும் சென்றுவிட்டாள்.

அவள் போன கொஞ்ச நாழிகையிலே முரட்டுத்தனமான கிழவன் ஒருவன் கையில் தடியுடன் வந்து தனியாக இருந்த

என்னை அடித்து, நான் அணிந்து இருந்த அத்தனை நகைகளையும் பிடுங்கிக் கொண்டு சென்றுவிட்டான், என்று தேம்பி அழுதபடி அவரிடம் தெரிவித்தாள்.

அது போலி அழுகை என்பது அவதானிக்குப் புரியவில்லை. மனம் துடியாய் துடித்தது. அவள் சிந்தும் ஒவ்வொரு துளி கண்ணீருக்கும் அவர் இதயம் கூடுதலாய் ஒரு தடவைத் துடித்தது.

அவதானி அவளுக்கு ஆறுதல் சொன்னார். "அழுவாதே மதனா! நகை போனால் போகிறது. வேறு செய்து கொள்ளலாம். உனக்கு ஒன்றும் ஆகவில்லையே... அதுவே எனக்கு சந்தோஷம்" என்று ஆறுதல் சொல்லி வீட்டுக்கு அழைத்துச் சென்றார்.

அங்கு கிழவி அழுத பொய்ப் புலம்பலில் அவள் காணாமல் போனதாகச் சொன்ன அத்தனை நகைகளையும் அடுத்த நாளே செய்து கொடுத்துவிட்டார்.

காணாமல் போனதோ பித்தளை நகை, அவதானி அவளுக்குச் செய்து போட்டதோ, வைடூரிய நகைகள்.

இதுதான் முதல் வேடுபறி.

இந்த நிகழ்ச்சி நடப்பதற்கு குலதெய்வ வழிபாடு செய்யாமையும் நேர்த்திக்கடனை நிறைவேற்றாமையுமே காரணம் என்று சொல்லி அதற்கான பொருள்களைப் பறிப்பது இரண்டாவது வேடுபறியாகும்.

படுக்கையில் ஒருநாள் திடீரென வயிறு வலிக்கிறதென துடியாய் துடிப்பாள். 'என்னமோ ஏதோ தன்னுயிர் தாசி இப்படித் துடிக்கிறாளே' என்று அவளின் நாயகன் அவளைத் தொட்டுப்பார்க்க மெதுவாகக் கையை வைப்பார். ஆனால் தொட்டால் வலி அதிகமாகிறதென்று மேலும் அலறுவாள்.

'ஏன் என்ன ஆயிற்று?'

'தொட்டால் மேலும் வலிக்கும் என்பதால் தொடவேண்டாமென்றேன்.'

அவளுக்காக பட்டர் உடல் சோர்ந்தார். வாடினார், என்ன செய்வதென்று புரியாமல் தவித்தார்.

வைத்தியரைக் கூப்பிட வெளியே வந்தார்.

எதிரே கிழவி வந்தாள், "இது எங்கள் குலதெய்வத்தின் குற்றம், வைத்தியத்திற்குக் கட்டுப்படாது."

"வேறு என்ன செய்ய வேண்டும்?"

"கையில் அரிவாளுடன் உருவம் ஒன்று செய்து, பொன் சரிகை உருவமாலையால் அலங்கரித்து, அதன் இரு கால்களுக்கும் பொற்சிலம்பிட வேண்டும். அந்தத் தெய்வத்திற்குப் பலியிட்டுப் பூசை செய்ய குட்டியிடாத இரண்டு ஆட்டுக்குட்டிகளும், செஞ்சேவல்களும் வேண்டும்" என்றாள்.

இதற்காக ஐம்பது பொன் உடனடியாகக் கொடுக்கப்பட்டது. இது மூன்றாவது வேடுபறி.

இதற்கு பிறகு தவணைமுறையில் பொருள் பறிப்பு ஆரம்பமாகிறது.

தாசி சித்திரவல்லிக்காகப் பட்டர் தாம் கொண்டு சென்ற பொன்னைப் படிப்படியாக இழப்பதை செண்டலங்காரன் விறலி விடு தூது இப்படித் தெரிவிக்கிறது.

போட்டு வைத்த பொன்னடகு போகாமல் மீட்டுவர நாற்பது பொன்

பாக்குக்கு இருபது பொன்
பாலுக்கு அறுபது பொன்
மூக்குத்தி முப்பது பொன்
பாடகத்துக்கு அம்பது பொன்
சூடகத்துக்கு எண்பது பொன்
பட்டுக்கு அறுபது பொன்
நீடுவண்ணச் சேலைக்கு முப்பது பொன்
சிந்தாக்குக்கு அம்பது பொன்
பொன்ஓலைக்கும், கொப்புக்கும் ஒன்பது பொன்
பொன் அரைஞான், ஆணிமுத்தில் எட்டுவடம், வாங்க நானூறு பொன்
நட்டுவனார் ஆட்டுவித்த கூலி அறுபது பொன் 52

சேலையில்லை என்று தாதியர் சொல்ல, முத்துவண்ணச் சேலை ஐந்து, முன்சரிகைச் சேலை பத்து, மாதளம் பூப்பட்டு ஆறு, சித்திரப்பூத்தாறிச் சேலை இரண்டு ஆக சேலைக்கு முன்னூறு பொன்.

கிழவிக்கு பாக்கு, வெற்றிலை, வீட்டுச் சிலவுக்கு இருநூறு பொன்[53]

சாராயத்துக்கு முப்பது பொன்
..அந்தி சந்தி
தாய்குடிக்கப் பெண்குடிக்கச் சாராயம் ஊற்றிவெறிப்
பேய்பிடிக்க விட்ட நெட்டைப் பிச்சிவந்து ஞாயமொ
தப்பறைக் காரிஎன்று சண்டைக்கு வாய்திறந்தாள்
முப்பதுபொன் போட்டுவாய் மூடிவிட்டேன்
ஆண்டியப்பன் கெந்தப்பொடி வாசனைத் திரவியம்
வாங்க ஐநூறு பொன்
காய்ச் சிலவு, வெற்றிலைப்பாக்கு, மிளகு, புளி,
உப்புக்கு இரண்டாயிரம் பொன் 54

இப்படி ஒவ்வொன்றுக்கும் பொருளைப்பறித்த தாய்க்கிழவி பட்டரிடம் சீக்கிரம் பொன் தீர்ந்து விடுமோ என்ற அவசரத்தில் வேகவேகமாகப் பொருள் பறித்தவிதத்தை மூவரையன் தூதில் காணமுடிகிறது.

ஒவ்வொரு செலவையும் சொல்லி கிழவி பொருள் பறித்த விதத்தைத் தனித்தனி கண்ணிகளாகச் சொல்லி வந்த ஆசிரியர், கிழவி வேகவேகமாகப் பொன் பறித்தாள் என்று குறிக்கும் வகையில். 'மோரளந்த பேச்சி என்றாள், பாலளந்த பேத்தி என்றாள், நெய்யளந்த நாச்சி என்றாள்' என்று வேகமாகவே சொல்லி முடிக்கிறார். பொருள் பறிக்கும் வேகம் பாட்டிலும் தெரிகிறது.

பண்டிகை கொண்டாட்டத்திற்குப் பணம் வேண்டும்

தாசியர்கள் தங்களை விரும்பி வரும் ஆடவர்களிடம் பண்டிகைகள் கொண்டாட பணம் கேட்பதை வழக்கமாகக் கொண்டிருந்தனர்.

சித்திரைப் பொங்கல் திருநாள் செய்வதற்குப் பொன் என்றாள்

ஆடிக்கழிவுக்கும் ஐப்பசித் தீபாவளிக்குக்
கோடிப் புடவைக்கும் கோடிப்பணம் தேடியிட்டேன்
தைப்பொங்கல் பண்டிகைக்குத் தான் செலவுக்கு இல்லை என்றாள்
சிவராத்திரிக்குச் செலவுக்கு இலையே

..

வரலட்சுமி விரதம் வந்தது என்ற சொன்னாள்

..

கேதாரி நோன்பு என்று கேட்டாள் 55

என்ற சிதம்பரேசர் விறலி விடு தூது வரிகளில் தாசியர்களும் சித்திரை திருநாள், ஆடிப்பண்டிகை, தீபாவளி, தைப்பொங்கல், சிவராத்திரி, வரலட்சுமி விரதம், கேதாரி நோன்பு ஆகிய பண்டிகைகளைக் கொண்டாடியுள்ளமை தெரியவருகிறது.

குடும்பப் பெண்கள்தான் கணவனுக்காக இத்தகைய விரதங்களை இருப்பார்கள், பண்டிகைகளையும் கொண்டாடுவார்கள். ஆனால் பொருள் பறிப்பதற்குக் காரணம் ஒன்று வேண்டுமே அதற்காகவே இத்தகைய பண்டிகைகளை இவர்கள் கொண்டாடியிருக்க வேண்டும்.

தாசிமுறை பார்ப்பதற்குச் சங்கதியுண்டோ பணமுங்
காசே புருஷனடி கார் குழலே 56

பணம் காசையே தங்களுடைய கணவனாக எண்ணியிருந்த காலத்தில் இத்தகைய பண்டிகை நாட்களை மையப்படுத்திப் பொருள் பறிக்கும் நோக்கில் பணத்தைக் கேட்டு வாங்கியுள்ளமை புலனாகிறது.

வாங்கிய கடனுக்கும் பொன் தர வேண்டும்

தாசியர் தம்முடைய சொகுசு வாழ்க்கைக்கான செலவுகளுக்கு மட்டுமின்றி தான் வாங்கிய கடனை அடைப்பதற்கும் பொன் தர வேண்டும் என்று நிர்ப்பந்தித்துள்ளனர்.

போட்டு வைத்த பொன் அடகு போகாமல் மீட்டுவர நாற்பது பொன்
தம்பிக்குக் கலியாணம் செய்ய வேண்டி எண்பது பொன் 57

கோயில் கணக்குப்பிள்ளைக்குத் தரவேண்டியது ஐம்பது பொன்
ஓலைமுறி எழுதித்தந்த பழைய கடன் நூறு பொன்

தம்பிக்கு ஒரு மாலை, தம்பி கொண்ட பொல்லாத
வம்பிக்குச் சேலை வாங்க அறுபது பொன் 58

நரசப்பையன் கடன் நாற்பது பொன் 59

நெய்யளந்த நெட்டூர நெட்டச்சிக்கு ஐம்பது பொன்

அம்மட்டோ தாய்க்கிழவியும் மகளும் தங்களுக்குத் தேவையானதையெல்லாம் வாய் கூசாது கேட்டுக் கொண்டே இருக்க, அவளது பெண்ணுக்கு மாப்பிள்ளையாக வந்தவர் கொடுத்துக் கொண்டே இருந்தார்.

'கட்டிலென்றும், பட்டுமெத்தையென்றும், சால்வை யென்றும், வட்டிலென்றும் தலைவார சீப்பென்றும், குத்துவிளக்கென்றும், குடம் குடமாய் பால் கறக்க எருமையென்றும், பசுமாடென்றும், மச்சு வீடென்றும், அவளது சின்னத் தங்கையின் கால்களுக்குத் தண்டை யென்றும், அவளுக்கு ஆடல் சொல்லிக் கொடுத்த நட்டுவனாருக்கு மேலங்கியென்றும், பாடல் சொல்லிக் கொடுத்த ஆசிரியனுக்குத் தலைப்பாகையென்றும், தோழிகளுக்குச் சேலையென்றும், காதோலையென்றும், தவலையென்றும், செம்பென்றும், சவ்வாது வைக்கத் தந்தச் சிமிழ் என்றும், வாசனைப்பொடியென்றும், கதம்பமாலையென்றும், தலையைத் தடவி, மூளையை உறிஞ்சுவது போல் ஏய்த்து, ஏய்த்து பணம் பறித்தனர் தாயும் மகளும்,[60]

....தேறுதலாய்ச்
சீராட்டிக் கொண்டாடிச் செந்தேனிதழ் கொடுத்தும்
பாராட்டி மெல்லப் பறித்து விட்டாள் 61

இப்படி எடுத்தற்கெல்லாம் செலவு வைத்து தாய்க்கிழவி பொன்னைப் பறித்த நிலையில் முருங்கை இலையை உருவிய வெறும் கோல் போல் பொருளற்ற நிலையில் பட்டர் இளைத்திருப்பதை மூவரையன் தூது தெரிவிக்கிறது.

●●●

17. தாசியர் மோகநிலை

சீலமும் ஒழுக்கமும் கொண்டு அறிவுக்கே தன்னை அர்ப்பணித்துக் கொள்ள வேண்டிய அந்தணன் வேசை வசப்பட்டால் எவ்வாறு தன் குல ஆசாரத்தை இழந்து கீழ்நிலைக்குப் போய்விடுகிறான் என்பதற்கு விறலி விடு தூது அந்தணனே சிறந்த எடுத்துக் காட்டாய் விளங்குகின்றான்.

தெய்வச்சிலையார் தூதில் வரும் வேசையான இந்திராணி தினந்தோறும் ஆடு ஒன்று வெட்டிச் சமைத்து உண்பாளாம். அவள் வீட்டில் அச்சமையல் நெடி அடிக்குமாம். புலால் நாற்றத்தையே வெறுக்கும் அவ்வீட்டு அந்தணன் அதைப் பொறுத்துக் கொண்டு அவ்விடத்தில் இருப்பானாம்.

இந்த மாமிசச் சமையல் சாப்பிடும் அந்த வேசையின் வாயிலும் அந்த மாமிச நாற்றம் வீசுமாம். ஆனால் அவ்வந்தணனோ அவ்வேசையின் மீதுள்ள மோகத்தினால் அதையும் பொறுத்துக் கொண்டு முத்தம் ஈவானாம். அவள் வீட்டு முற்றத்தில் மாமிசத் துண்டுகள் கோவையாகக் கட்டித் தொங்கவிடப்பட்டிருக்கும் நிலையில் அவ்வந்தணன் அவ்வழியாகச் செல்லும்போது அவை அவன் குடுமியில் முட்டுமாம்.

ஆடுதினம் ஒவ்வொன்று அடிப்பாள் பழிகாரி
வீடுதினம் பொல்லா வெடி நாறும்சூடுமலர்ப்
பூங்குழலாள் வாயதரப்புத்தமுத பானத்தைத்
தீங்கெனவும் ஓரொரு நாள் சிந்திக்கும்மாங்கிஷத்தின்

கோவை முன்றில் ஊடு என் குடுமியைத் தீண்டக் குனிந்து
போவேன் இது போதாதோ பூசுரர்க்கு 62

கூளப்ப நாயக்கன் தூதில் முதல் நாள் வேசையிடம் சுகித்திருந்த அந்தணன் அந்த மயக்கம் நீங்காமலே காலையில் எழுந்து நதிக்கு நீராடச் செல்கிறான். பல் துலக்க நாயுறுவிக் குச்சிக்குப் பதில் குப்பைமேனி செடியைப் பிடுங்கிப் பல் துளக்கினானாம். மந்திர தர்ப்பணங்களை மறந்து மூழ்கினானாம் என்று தாசியர் மோகநிலை கூறப்படுகிறது.

பொருளில்லையென்றால் கிடைக்கும் அவமரியாதைகள்

தாய்க்கும் மகளுக்கும் பொன்னையும் பொருளையும் கேட்பதில் சலிப்பே உண்டாகவில்லை. ஆனால் வந்தவரிடம்தான் கொடுப்பதற்கு ஏதுமில்லை. அவரென்ன அமுதசுரபியா அள்ளி, அள்ளிக் கொடுப்பதற்கு, ஆனால் கொடுக்காமல் இருக்க முடியாதே!

'வீட்டுச் செலவுக்குப் பணம் வேண்டும்' கிழவி மறுபடியும் கேட்டாள்.

'இப்பொழுதுதானே கொடுத்தேன்,'

'அது நேற்றைய செலவுக்குச் சரியாகி விட்டது'.

வெளியே தெரியாமல் கொல்லும் சுவர்ப்பூச்சியைப் போன்று பணம் பணம் என்று கேட்டு உயிரை வாங்கினாள் தாய்க்கிழவி.

'போற்றாது போற்றிபொ ருள்பறிக்குங் காலமெல்லாந்
தோற்றா தொழிக்குஞ் சுவர்ப்பூச்சி' மூவரை 325

'இருந்ததையெல்லாம் கொடுத்து விட்டேனே!'

'அப்போ இடத்தை காலி பண்ணவேண்டியதுதானே!'

'ஏன் கொடுத்து வைத்திருக்கும் பணமெல்லாம் என்ன ஆயிற்று?'

பணம் கொடுத்தாயா! கனவு கண்டாயோ? களவு செய்தாயோ? எப்போது கொடுத்தாய்?

இனி இவன் இதற்குமேல் சரிபட்டு வரமாட்டான், புதுமாப்பிள்ளை வேண்டும் என்று தீர்மானிக்கிறாள் தாய்க்கிழவி.

தனது பணிப் பெண்ணை விட்டு பழைய மாப்பிள்ளை மார்களையெல்லாம் கிழவி வரவழைக்கிறாள். அவர்கள் வரும் சமயத்தில் இந்தப் பழைய மாப்பிள்ளை அங்கிருந்தால் என்னாவது? பழைய வாடிக்கையாளர் வந்துவிட்டால் அவரிடம், “சந்தர்ப்பம் தெரியாத சவமே! குறிப்புத் தெரிய வேண்டாமா?” என்றெல்லாம் மட்டரகமாக அவனை ஏக வசனத்தில் ஏசுவாள் கிழவி.

புதிய வாடிக்கையாளர் வந்து விட்டால் தன் மகளிடம் ஜாடை காட்டுவாள், மகளும் புரிந்து கொண்டு அவனிடம் அவனுக்குத் தெரியும்படியாகவே பொருள் கொடுக்கும் வேறொருவரிடம் போய் சல்லாபிப்பாள். ஆனால் இவன் சல்லாபிக்கச் செல்கையில் முன்புறம் படுத்தால், அவள் தன் முகத்தை மறுபுறம் திரும்பிப் படுத்துக் கொள்வாள். அன்புடன் அவளை உபசரிக்கச் சென்றால், தன் முழங்கையால் அவனை இடித்துத் தள்ளிக் கடுகடுப்பாய் நடந்து கொள்வாள்.

மகள் நித்திரை செய்யும்போது இருப்பவன் வரம்பு மீறாமல் இருக்க வேண்டும் என்பதற்காக அவளின் காவலுக்கு அறையின் வாயிலிலேயே தாய்க்கிழவி படுத்துறங்குவாளாம். பொருளில்லாத நேரத்தில் மட்டுமல்ல, பொருள் கொடுத்து சந்தோஷமாக இருக்கும் நேரத்தில் கூட வாயில்படிக்கு அவள்தான் காவல்.

தித்துவளி

பார்க்கக் கலவிமகள் பாராட்டும் போதுசும்மா
மார்க்கத் துயில்கூடு மாமியார் மூவரை 328

எப்போதாவது அவளுக்குக் குணம் திரும்பி அவருடன் பேசிக் கொண்டிருந்தால் வெளிப்புறமாக நின்று தாய்க்கிழவி செறுமிச் சாடை காட்டுவாள். உடனே அவரைத் தனியே விட்டு எழுந்து போய்விடுவாள். அதன் பின் களைப்புற்றுத் திரும்பி வரும் நேரத்தில் படுக்கையில் அவர் இருந்தால், இருப்பதைப் பொருட்படுத்தாமல் அவர் பக்கத்திலேயே வந்து படுத்து நன்றாகத் தூங்கி விடுவாள்.

தூங்கும் நேரத்தில் கூட பொருள் பறிக்கும் காரியத்தில் கண்ணாயிருக்க வேண்டும் என்பதற்காக அடிக்கடி குத்து இருமல் காட்டி மகளின் நித்திரையைப் போக்கி ஜாக்கிரதையாக இருக்கும்படி எச்சரிக்கை செய்வாள்

தாய்க்கிழவி. பிள்ளைப்பூச்சியானது அடிக்கடி தொந்தரவு செய்வது போல மாமியாரான தாய்க்கிழவியும் இருமி தொந்தரவு செய்து கொண்டே இருப்பாள். தாய்க்கிழவியை நித்திரையைப் போக்கும் நிலப்பூச்சி என்கிறார் சிற்றம்பலக் கவிராயர்.

குத்திரு மல்காட்டிக் கொடுப்பா ரிடத்துமகள்
நித்திரையைப் போக்கும் நிலப்பூச்சி மூவரை 327

"இந்தப் பணமில்லாத பரதேசி உனக்கென்ன சதமா? இவன் என்னத்தை உனக்குக் கொடுத்தான்? இவனை விட்டுப் பிரிவதில்லை என்று உடன்படிக்கையா செய்திருக்கிறாய்? இது பார்ப்பவர்களுக்கு நன்றாய் இருக்குமா? யாராயிருந்தாலென்ன? கொடுக்கும்வரை வாங்கிக் கொண்டு, கொடுப்பதற்கு இனி கையிலில்லை என்பதை அறிந்தவுடன் விட்டுத் தொலைக்க வேண்டியதுதானே தாசி முறை!"

"நீ என்ன எடுப்பார் கைப்பிள்ளையா? பேய்ப்பிள்ளையாய் இருக்கிறாயே! நம் வீட்டிற்கு வரும் மாப்பிள்ளைமார் திருடனைப்போல திரியக் காரணமென்ன? ஓடத்திலேறிக் கடக்க முடியாவிட்டால் அக்குற்றத்தை ஓடக்காரன் தலையில் சுமத்த வேண்டியதுதானே!"

"உனக்கென்ன வாலிபமா போய்விட்டது? உன் அழகிய முகத்தில் சுருக்கங்கள்தான் விழுந்து விட்டதா? அல்லது தலைதான் நரைத்து விட்டதா? அல்லது உன்மேனிதான் கட்டுவிட்டு இளைத்துவிட்டதா? இல்லையே! இவ்வாறெல்லாம் குறைவற்று இருக்க இவனை விட்டால் உனக்கு வேறு ஆளா கிடையாது! இந்தப் பரதேசி மீதா இப்படி மோகங்கொண்டு விட்டாய்? இந்த நிமிடமே அவனை ஊரை விட்டு துரத்தப்பார்" என்கிறாள் தாய்க்கிழவி.

அப்படியும் அந்த மாப்பிள்ளை புறப்படுகின்ற வழியைக் காணோம். அவன் காதுபடவே மகளை ஏசுகிறாள்.

ஆனாலும் அவன் கிளம்புகின்ற வழியைக் காணோம்.

பொருள் எல்லாம் தீர்ந்து விட்டதே, இனி மரியாதை என்ன வேண்டிக் கிடக்கிறது? கிளம்பினால் போதும் என்ற நிலையில் அவனை 'சனியனே' என்றும் திட்டுகிறாள் தாய்க்கிழவி.

பொருளில்லாத நிலையில் நீ இங்கு தேவையில்லை என்பதை நேரிடையாகச் சொல்கிறாள்.

கடுமையான வக்ரசனியை யாராவது வா என்று அழைப்பார்களா? தலையெழுத்து, அழைக்காமலே வந்து விட்டீர். சனியன் போய்த்தொலையும் என்றால் போகவும் மாட்டேன் என்று அடம் பிடிக்கிறாயே!. இங்குள்ள மற்றவர்கட்கு எல்லாம் கொடுக்க வேண்டியதைக் கொடுத்து விட்டுத்தான் போகவேண்டுமென்று உம்மை யாராவது தடுத்தார்களா? நீர் போகாவிடில் அப்படிக் கேட்டாலும் கேட்போம்.

"அப்படியானால் இதுவரை நான் கொடுத்த பொருளெல்லாம் என்னவாயிற்று"

பொருள் கொடுத்தாயா? நீ பொருள்கொடுத்த லட்சணம் ஊருக்கே தெரியும், நீ கொடுத்த பணம் எங்களுக்கு மோருக்கும், புளிக்கும், காய்க்கும், கறிக்கும், கடைச்செலவுக்குமே சரியாயிற்று. மீதிச் செலவுகளுக்கு ஆன செலவு கடனாக அப்படியே இருக்கிறது. அவைகளைக் கொடுத்துவிட்டு திரும்பிப் பார்க்காமல் போவாயாக.

நாங்கள் உனக்குக் கொடுத்த சலுகையோ கொஞ்சநஞ் சமல்ல காசுகொடுப்பாய் என்ற தைரியத்தில் உம்மை சும்மா சுற்ற விட்டோம். இப்போ கொடுக்காத காசுக்குக் கணக்கு வழக்கு கேட்க ஆரம்பித்து விட்டாய். இனிமேலும் ஏமாற மாட்டோம். மரியாதையாகக் கொடுக்க வேண்டிய பணத்தைக் கொடுத்து விட்டு நடையைக் கட்டு.

அடிப்பாவி வாங்குவதையெல்லாம் வாங்கிக்கொண்டு ஏதுமில்லை என்று சொல்லுகிறாயே! இனி நீதி மன்றம் தான் செல்ல வேண்டும், இவளுக்குத் தம்பி என்றும் அண்ணன் என்றும் எல்லோருக்கும் வாரி வாரிக் கொடுத்த கதை அங்கு தெரியுமன்றோ.

வாரி வாரிக் கொடுத்தாயா! நீ என்ன நீதி மன்றம் செல்வது? நானே சென்று முறையிடுகிறேன், அங்கு தெரியும் உன்னுடைய ஏமாற்றுதனம் என்று சொன்னவள் தன் மகளுடன் வெளியே வந்து குய்யோ முறையோ இவனைக்

கேட்பாரில்லையா என்று கூக்குரலிட்டாள். இதுவரை நடந்தது எல்லாம் மூவறையன் தூது.

ஆரம்பித்தது கலகம்

தங்களை நாடி வந்தவர் கைப்பொருளெல்லாம் இழந்து விட்டனர் என்பதை அறிந்ததும் அவனைக் குரங்கைப் போல் ஆட்டி வெளியே துரத்த பொய் பல கூறி வீதியில் நின்று கூக்குரலிடுவது தானே தாசியர் குணம்.

கூளப்ப நாயக்கன் தூதுவில் தாய்க்கிழவி கூறியதைக் கேட்ட அவதானி 'நன்றி மறந்தவரைத் தெய்வம்கூட மன்னிக்காது' என்றார். உடனே கிழவிக்குக் கோபம் வந்து விட்டது.

"என்னடா சொன்னாய் பரதேசிப் பயலே! இன்னு மொருதரம் சொல்லு பார்க்கிறேன். கன்னத்தில் அறைய ஆளில்லையென்றா பார்த்தாய்? என்று சொல்லி அவன்மீது பாய்ந்தாள்.

'என்னை என்ன பைத்தியக்காரக் கிழவியென்றா எண்ணினாய்? சின்னஞ்சிறுக்கி உன்கையில் வகையாகச் சிக்கிவிட்டாளென்று எண்ணிக்கொண்டாயோ? அவளை மயக்கி உன்வசப்படுத்தி வைப்பாக வைத்துக்கொள்ள எண்ணுகிறாயோ? நீ இங்கிருந்தது போதும். வெளியே போ என்றால் போகவேண்டியது தானே! என் மகளென்ன உனக்குத் தாய்மாமன் மகளா? இல்லை உனக்குத் தாலிகட்டிய பெண்சாதியா? அல்லது நீ மட்டுந்தான் என் மகளுக்கு அபூர்வமாகப் புருஷனா?

"வந்தவனுக்கு வயிறு எரிந்தது; அடி நன்றி கெட்டவளே! "நீயா, இப்படிப் பேசுகின்றாய்? நான் கொடுத்த கட்டித் தங்கவராகனுக்குக் கணக்குண்டோ? அதற்கு இவ்வூர் தட்டார்களே சாட்சி சொல்வார்களே! கிழப்பிணமே! உன்னிடம் நான் கொடுத்த பணமுடிப்பு எட்டுத் தலைமுறைக்குக் காணுமேயடி!"

கிழவிக்கு ஆவேசம் தாங்கவில்லை. இவனைப் பேசவிட்டால் நம்மீது அல்லவா குற்றம் சொல்கிறான். ம்... இப்பொழுது போகிறாயா இல்லையா? என்று சொல்லியவாறே அவனது மடியைப் பிடித்து இழுத்தாள். வேட்டி அவிழ்ந்து விழுந்தால்

அவன் அசிங்கப்படவேண்டும் அல்லவா!

அவனோ, கிழவியின் தலைமயிரைப் பிடித்திழுத்தான். அதற்குள் அவள் அவனைப் பிடித்துத் தள்ள, பதிலுக்கு ஐந்தாறு அடியும் கொடுத்தான். இப்படி இவர்கள் சண்டையிட அவர்களை ஊரார் விலக்கி விட்டனர்.

சண்டை ஓயக்கூடாது என்பதில் கிழவி குறியாய் இருந்தாள். ஊரார் வேடிக்கை பார்க்கும் நிலையில் இதனை பஞ்சாயத்தாரிடம் முறையிட்டால் தான் சரிபட்டு வரும் என்று 'குய்யோ முறையோ' என்று கூப்பாடு போட்டுக் கொண்டே கிழவி பஞ்சாயத்தாரிடம் ஓடினாள்.

●●●

18. வழக்காடு மன்றத்தில் தாசி

கைப்பொருளையெல்லாம் தாசியிடம் இழந்த ஆடவர்களை அவர்கள் வீட்டை விட்டு விரட்டும் நிலையில், தாம் கொடுத்த பொருளுக்காக ஆடவர்கள் நியாயம் கேட்கும்போது ஏற்படும் மோதலின் இறுதியில் தாசியரே தங்கள் பக்கம் நியாயம் இருப்பதாகப் பொய்க் காரணங்களைக் கூறி வழக்காடு மன்றத்தில் முறையிடும் வழக்கம் இருந்துள்ளதையும், தீர்ப்பும் அவர்களுக்குச் சாதகமாகவே வருவதையும் விறலி விடு தூது வழக்காடு மன்றங்களில் அறிய முடிகிறது.

விறலி விடு தூதுவில் ஒரு சுவாரசியமான தாசியரின் வழக்கு.

மண்டபத்தில் கோயில் தளத்திலுள்ள பஞ்சாயத்தாரிடம் முறையிட்டு, அவர்களைக் கூட்டம் போட்டு விசாரணை செய்யும்படி வாய்விட்டழுதாள் தாய்க்கிழவி.

சபையும் கூடிற்று, பஞ்சாயத்தார் முன், மகளையும் தன் பக்கத்தில் நிறுத்தி வைத்துக் கொண்டு சபையோருக்கு ஒரு கூழைக்கும்பிடு போட்டுவிட்டு தன் தரப்பு நியாயத்தை எடுத்துரைத்தாள்.

கிழவியின் வழக்கு

“ஐயா! பழிக்கு அஞ்சும் தேவேந்திரப்பட்டரே! காமாட்சிப்பட்டரே! நரசிங்கையரே! நாராயண தீட்சிதரே!

செவந்திலிங்க அய்யரே! சொக்கலிங்கய்யரே! ஆனந்த சாஸ்திரியரே! ஐயா! கோயில் ஸ்தானிகரே! ஊருக்குள் நியாயமென்பதே இல்லையா? என் அருமை மகளை ஒரு பரதேசிப் பேய் பிடித்து ஆட்டுகிறதே! ஐயா, நீங்களே சொல்லுங்கள், ஐந்தாறு மாதங்களாக என் மகள் கோயிலுக்கு வந்து ஆடவோ, பாடவோ செய்தாளா? ஏன் ஆடவில்லை? சொல்லுகிறேன் கேளுங்களய்யா!"

ஒருநாள் இந்த பஞ்சமாபாவி பணங்கொடுத்து என் மகளுடன் கூடியிருந்தான். விடிந்தவுடன் போய்விடுவான் என்றிருந்தேன், ஆனால் என்ன மருந்திட்டானோ? என்ன வசியம் செய்தானோ? மதனநூல் பாடமானவனோ என்னவோ? என் பெண்ணைத் தனக்கு வைப்பு என்றான்.

வட்டிலில் இட்ட கஞ்சிக்கு உப்பென்று கூடக் கேளாதபடி அவன் நினைவாகவே என் மகளை இருக்கும்படி, மாயம் செய்து மயக்கிவிட்டான். கைப்பிடித்த மனைவியைப்போல அவளிடம் கூடிக் குலாவினான். மற்ற எந்த ஆண்களைக் கண்டாலும் தலைநிமிர்ந்து நோக்காமலும், பேசாமலும் இருக்கும்படி என் மகளை வசியம் செய்து கொண்டான். சொக்குப் பொடியிட்டு எனக்கு வாய்ப்பூட்டும் போட்டு விட்டான். ஏதேதோ மந்திரக் கோடுகளைச் சுழித்து எங்கள் பொருளை எல்லாம் பறித்துக் கொண்டான்.

எனக்கு பட்டி நிறைய மாடுகள் தருவதாவும், தொம்பை, தொம்பையாகச் சம்பா நெல் கொண்டு வந்து கொட்டுவதாகவும், இன்னும் என்னவெல்லாமோ ஆசை வார்த்தைகள். கூறினான். ஆனால் எதுவுமே கொடுக்காமல், எங்களைச் சோற்றுக்கு ஏங்க வைத்தான். இன்று வழக்கு அம்பலமும் ஏற வைத்து விட்டான்.

வெறும் பயலான இவன் என் வீட்டுக்கு வந்த நாள் முதலாக எதைக் கொடுத்தான்? ஒன்றுமில்லை! ஆனால் இவனோ குங்குமாச் சம்பா அரிசி என்றும், பொங்கலுக்குப் பாசிப் பருப்பென்றும், பாலென்றும், நெய்யென்றும், பூசிக்கொள்ள சவ்வாதென்றும், வெற்றிலைப்பாக்கென்றும், ரச பானவர்க்கமென்றும் பகல் இரவாய் படுக்கையிலிருந்தபடியே கேட்ட வண்ணம் இருப்பான். நானும் ஏதோ கடன் பட்டவளைப் போல அவன் கேட்டவற்றைக் கொடுத்துக் கொண்டே இருந்தேன்.

என் மகளின் காது நகை முதல் தாலிப்பொட்டு வரை இவனுக்கே கொடுத்து எங்கள் உடைமை முழுவதும் தோற்றோம். மோகன மந்திரத்தை நன்றாய்க் கற்ற இப்பட்டிமகன், காமசாஸ்திரத்தையும் கரை கண்டவனாய் இருக்கிறான்.

ஒருநாள் இவனில்லாத சமயம் பார்த்து இவன் அறையினுள் சென்று இவனது பை ஒன்றைச் சோதித்தேன். அதில் சிறு மந்திரம் போலும் நரிக்கொம்பும், விபூதி முடிச்சும், வசியப்பொடியுமாகச் சில பொருட்களை வைத்திருக்கக் கண்டேன். எதற்காக இவன் இதையெல்லாம் வைத்திருந்தான் என்பது, இப்போதுதான் எனக்கு விளங்குகிறது.

என் மகள் வீட்டுக்கு விலக்கானால், தானே அவளுக்கு நீராட்ட வேண்டும் என்பான். அல்லும் பகலும் அடைத்த கதவைத் திறக்க மாட்டான்! இவைகளெல்லாம் மனிதத் தன்மையாகுமா? கொஞ்ச நேரங்கூட என் மகளை வெளியேற விடமாட்டான்.

என் மானந்தான் போய்விட்டதே, இனி நான் எல்லாவற்றையும் வெளிப்படையாகச் சொல்வதனால் குற்றமென்ன? இரவில் பத்து தடவைக் கூடினான் என்றால் பகலிலும் பத்து தடவைக்குக் குறையாமல் கூடுவான் இந்தப் பாவி. போன பிறவியில் ஊர்க்குருவியாக இருந்தானோ என்னவோ? மாரியம்மன் கோவிலுக்கு மாவடிச்சாப் போலி டிப்பான், வீரியத்தை சற்றே விடானய்யா.* உத்தமியான என் மகள் எத்தனை நாள்தான் இந்தக் கொடுமையைத் தாங்குவாள்.

என் மகளென்ன பணியாரமா! அப்பமா! தோசையா! வெல்லவட்டா! தேன்ராட்டா! மென் கரும்பா! என் செல்லமகளின் உடம்பைப் பிழியோ பிழி என்று பிழிந்தெறிவான்.** நீட்டிய காலை மடக்க முடியாமல் வலியினால் துடியாய் துடிப்பாள். இனாமாகக் கிடைத்த மாட்டை நிலாவில் கொண்டு போய் உழுத கதையாய் ஆகிவிட்டது.

*. நண் 877 கண்ணி
**. சேது - 912 கண்ணி

இன்னொரு செய்தியையும் உங்களுக்கு அவசியம் தெரிவித்தாக வேண்டும். இவ்வளவு தூரம் வந்தபிறகு இதில் வெட்கம் என்ன வேண்டிக் கிடக்கிறது.

பகலெல்லாம் அத்தை, அத்தை என்று ஆசையாய் என்னைச் சுற்றி வந்தவன், அந்தி சாய்ந்துவிட்டால், சத்தை, சத்தை என்று சொல்ல ஆரம்பிப்பான். பிறகு... குதிரையையும் ஏறி, அதன் குட்டியையும் ஏறிய கதையாய் ஆகிவிட்டது எங்கள் பிழைப்பு.*

சதிகாரப் பொய்யனிவன். அவனை என்ன செய்வது என்றே தெரியவில்லை. தண்ணிலே போட்டாலும் நனைய மாட்டேன் என்கிறான், வெய்யலிலே போட்டாலும் காய மாட்டேன் என்கிறான்.

ஐயாசாமி! நீ கொடுத்ததெல்லாம்போதும், இங்கிருந்து கிளம்பு என்றாலும் கிளம்ப மாட்டேன் என்று சண்டித்தனம் பண்ணுகிறான்.

அட, இவன்தான் செலவுகளுக்குப் பணம் ஏதும் கொடுக்க மாட்டேன் என்கிறானே, மற்றவர்களுக்காவது வழிவிடுவான் என்று பார்த்தால் அதற்கும் தடையாக வல்லவோ இருக்கிறான். நல்லவர், பொல்லாதவர் என்று வாசலிலே யாரையும் வர விடாமல் ஆட்டுக்கிடையை நாய்க் காத்திருப்பது போல என் மகளையே காவல் காத்துக் கொண்டிருக்கிறான்.

இவனின் இந்த அடாவடிச் செயலால் சம்பளமாகத் தந்து கொண்டிருந்த முத்துச்சாமியா பிள்ளை செம்பி என்னும் தாசியைத் தேடிச் சென்று விட்டார். அடிக்கடி வந்து போகும் அழகாதரி நாயக்கனும் கோதை என்னும் தாசியை வைப்பாட்டியாக வைத்துக் கொண்டான். தேடாமல் நித்திரைக்கு நூறு பொன் வீதம் நித்தம் கொடுத்து வந்த முத்திரைப் பண்டாரம் என் விட்டுப்பக்கமே வருவதில்லை.

தினமும் மாலையுடன் வந்து பார்த்து விட்டுப் போகும் மாலைகட்டிக் கன்னியப்பன் எங்கள் மேல் வெறுப்பாகி இந்தப் பக்கமே வருவதில்லை. என் மகள் மேல் எப்போதும்

*. சேது - கண்ணி 915

ஆசையாய் இருக்கும் வாத்தியாரை இவன் முறை தப்பிதமாய் பேசியதால் அவரும் எங்களுக்குப் பகையாக மாறிவிட்டார்.

காசு, பணங்களை மழை போலக் கொட்டிக் கொண்டிருந்த மாரியப்பன் எங்களுடன் சண்டை போட்டுக் கொண்டு வீரி என்பவள் வீட்டிற்குச் சென்று விட்டான். ஊர்வலத்தின் போது சுவாமித் தேரிலே ஏறும் உரிமையை வாங்கிக் கொடுத்த பொன்னப்பனிடம் வீட்டிற்கு வரும்போதெல்லாம் சண்டை போட்டதால் அவனும் இவனுடன் சண்டைப் போட்டு சலித்து விட்டான்.

இப்போது வரத்து ஏதுமில்லை, கட்டிக் கொள்வதற்குக் கூட சேலை இல்லாமல் கஷ்டப்படுகிறோம். எனக்குக் கூட வேண்டாம், என் மகளுக்கு மட்டுமாவது சேலை ஒன்று வாங்கிக் கொடு என்று கேட்டதுதான் இன்றைய சண்டைக்குக் காரணமாகிவிட்டது.

இவனிட்ட மருந்தால் என் மகள் குரங்கானாள், உடலெங்கும் சிரங்கானாள். குத்திருமல் கொண்டாள், இதற்கு யார் மருந்து வாங்கிக் கொடுப்பார்கள்? இனி யார் இவளை நாடி வருவர்? பாவி என் மகளை இப்படிக் கெடுத்து விட்டானே!

என்றைக்கும் எப்போதும் இவனிடம் நாங்கள் எதுவும் கேட்டதில்லை, இன்று என் மகள் உடுத்திக் கொள்ள ஒரு சேலை வாங்கித் தரச் சொன்னாள். அவ்வளவுதான், சண்டைபிடிக்க ஆரம்பித்து விட்டான். வாயில் வந்தபடியெல்லாம் திட்டினான். என் மகளின் காதைப் பிடித்திழுத்து கையால் அடித்தான். விலக்க வந்தவர்களையெல்லாம் முழங்கையால் இடித்தான். என்னையும் இடுப்பொடிய உதைத்தான். நான் மூர்ச்சையுற்று விழுந்துவிட்டேன்.

மூர்ச்சைத் தெளிந்து எழுந்தவுடன் உங்களிடம் நியாயம் கேட்க வந்தேன். நடந்ததற்கெல்லாம் எல்லோரும் சாட்சி. இதையெல்லாம் ஏன் செய்தாய் என்று அவனைக் கேளுங்கள். இவன் ஒரு செப்பு சல்லியேனும் கொடுத்ததில்லை. ஆனாலும் வாரிக்கொடுத்து நஷ்டப்பட்டேன், கொடுத்த பொருளுக்குக்

கணக்கேயில்லை என்று சொல்லுவான். இதெல்லாம் தாய்க்கிழவியின் சூழ்ச்சி என்று கூட வாய் கூசாமல் சொல்லுவான்.

கொடுத்தேன், கொடுத்தேன் என்று சொல்கிறானே! என் மகளுக்கு மோகங் கொடுத்தான். முளையரையாப்புக் கொடுத்தான், மேகங்கொடுத்தான் (இவையெல்லாம் நோய்கள்) இப்படி இவன் கொடுத்த பரிசில்களில் என் மகள் சிரங்கானாள், உடம்பெல்லாம் சொறிந்து கொள்ளும் குரங்கானாள், குத்திருமல் கொண்டாள்.

அச்சுப்போய், அழகு மேனி போய் எச்சில் இலை போலாகிவிட்டாள். மருந்து வாங்கித்தருவதற்குக் கூட யாருமில்லாமல் இன்று தவியாய்த் தவித்துக் கொண்டிருக்கிறோம்.

ஐயா பெரியவர்களே! தாயும் மகளுமாக நாங்கள் இருவரும் தாமரை இலைத் தண்ணீராய்த் தத்தளிக்கிறோம். பெண் என்றால் பேயும் இரங்கும் என்பார்கள். எங்கள் நிலைகண்டு, நியாயம் கூறி, இவனிடமிருந்து எங்களுக்குக் கிடைக்க வேண்டிய பொருளை வாங்கிக் கொடுங்கள், கடன்காரர்கள் தொல்லைத் தாங்க முடியவில்லை. இவனையும் தகுந்தபடி தண்டியுங்கள்" என்று கோரினாள் அந்தத் தாய்க்கிழவி.

சபையினர் அவளைக் கையமர்த்தி, இத்தனைநாள் தாசியின் வீட்டில் தாசிக்கு மாப்பிள்ளையாக இருந்தவனிடம், 'உம்முடைய கட்சியைக் கூறும்' என்றனர். தாசியின் வீட்டிலிருந்து துரத்தப்பட்ட அவனும், தன் தரப்பு நியாயத்தை சபையோரிடம் கூறத் தொடங்கினான்.

அவதானி கட்சி

"பெரியோர்களே! கல்லும் கரையும்படியாக இந்த மாயக்கள்ளி உங்கள் முன் நடக்காததையெல்லாம் நடந்ததைப்போல் கூறினாள். அவள் வாக்குக்கு எதிர் வாக்கும் உண்டோ? எனும்படியாக நடித்துக் கூறினாள். என்னால் அப்படி நடித்துக் கூற முடியாது. நீங்கள் நம்பினாலும் சரி, நம்பாவிட்டாலும் சரி என் வழக்கை உங்கள்முன் நடந்தது நடந்தபடியே கூறுகிறேன்.

பெரியோர்களே! இவள் மீது நான் ஆசை கொண்டபோது இவள் இவ்வாறெல்லாம் மோசம் செய்வாள் என்று எண்ணவேயில்லை. இவளின் தாயான இக்கூனி எனக்கு வசிய மருந்திட்டாள். அன்று முதல் என் மேனி ஒடுங்கியது. என்னையே நான் மறந்துவிட்டேன். அவள் ஆட்டுவித்தபடி யெல்லாம் ஆடினேன். பொன்னும், பொருளும், பூந்துகிலும் ஆபரணமுமாக நான் கொடுத்த பொருள்களுக்கு கணக்கே கிடையாது. அப்படியிருந்தும் எனக்கு மட்டுமா வைப்பாக இருந்தாள்? அங்கு வருவோர் போவோர் ஆயிரம் பேர். என்னிடமிருந்ததையெல்லாம் தந்திரமாகக் கறந்துகொண்டு இப்போது என்னை ஓட்டிவிட, இல்லாததையும் பொல்லாததையும் கூறி, உங்களிடம் முறையிடுகிறாள்.

என்னுடைய கையிலுள்ள பொன்பொருளையெல்லாம் இந்தத் தாய்க்கிழவியிடம் கொடுத்திருந்தபடியால் என்னிடம் ஒன்றுமில்லாததைத் தெரிந்துகொண்டு தாயும் மகளும் கூடிப் பேசி என்னைத் தெருவிலே ஓட்டுவதற்கு சதி செய்தனர்.

எதுவுமே கொடுக்காமல் ஏன் இங்கிருக்கிறாய்? போக வேண்டியதுதானே, என்று கேட்ட அவளிடம் நான் கொடுத்ததெல்லாம் கொடுத்துவிடு போய் விடுகிறேன் என்றேன்.

என்னடா நீ கொடுத்தாய்? இங்கே உன்னை இருக்கச் சொன்னவர் யார்? மரியாதையாகப் போய்விடு" என்று மடிப்பிடித்து இழுத்து கன்னத்தில் ஐந்தாறு அடி கொடுத்து மடிதொட்டு இழுத்து, வேட்டியைக் கிழித்து, பூணூலை பிய்த்து எறிந்து, நெஞ்சிலே தாவி மிதித்து, முகத்தினிலே காறித் துப்பினாள் இந்தத் தாய்க்கிழவி.

மருமகனான என்னை ஒரு மாமியார் இவ்விதம் செய்யலாமோ? என் ஆசைக்குரிய நாயகியும் இதனை வேடிக்கைப் பார்த்துக் கொண்டுதான் இருந்தாள். இதுவரை இவள் எனக்கு மட்டுந்தான் பெண்டாட்டியாக இருக்கிறாள் என்று நினைத்திருந்தேன். ஆனால் இவள் எல்லோருக்கும் பெண்டாட்டியாக இருக்கிறாள் என்பதை இப்பொழுதுதான் தெரிந்து கொண்டேன்.

அதோடு என்னை விட்டாளா? முரடன் ஒருவனைத் தூண்டிவிட்டு அடிக்கச் சொன்னாள். வேறொருவனாயிருந்தால் உயிரோடு என்னை விட்டிருக்க மாட்டான். அடிக்க வந்த அந்தப் புண்ணியவான் ஏதோ ஈவு, இரக்கம் காட்டி, என்னை ரெண்டு தட்டுத் தட்டி, உயிரோடு விட்டு விட்டான். இவ்வாறு கிழவி அலைக்கழிப்பதையெல்லாம் அவளது மகளும் பார்த்துக்கொண்டிருந்தாளே ஒழிய ஏனென்று ஒரு வார்த்தையும் அவள் கேட்கவுமில்லை, எனக்காகப் பரிந்து பேசவுமில்லை.

சண்டை நடந்துகொண்டிருந்த சமயத்தில் நின்று வேடிக்கைப் பார்த்துக் கொண்டிருந்த அவளிடம், 'கண்ணே! என்னை நீ நேசிக்கவில்லையா? இக்கொடுமைகளைக் காண உன் மனம் எப்படியடி பொறுக்கிறது?' என்றேன். அவளோ எதுவும் பேசாமல் சடாரென்று என் தலையில் ஓங்கி அடித்தாள். ஒருநாள் பொழுது சாயும் முன்பே அவள் வீட்டுக்கு சந்தி வீரப்பன் என்பவன் வந்தான். அவனுக்கெதிரே இச்சதிகாரி முந்தி போட்டுத் தாண்டி 'அவன் மீது தான் முக்காலும் தனக்கு ஆசை' என்று சத்தியம் செய்தாள்.

ஐயா கற்றவர்களே! நான் கொழு கொழுவென எண்ணெய் இட்ட மெழுகுப் பிள்ளையார்போல் நல்ல திடகாத்திரத்துடன் இருந்தேன். இந்தக் கூனியிட்ட மருந்தினாலும், குமரி கொடுத்த நோயினாலும் ஒட்டி உலர்ந்த உடலானேன். நீங்களே என்னைப் பார்த்துத் தெரிந்து கொள்ளுங்கள்.

நான் கொடுத்த கணக்கற்ற பொன்னும், பொருளும் போனால் போகட்டும். வேண்டும்போது வாங்கிக் கொள்வதாக அவளிடம் ஒப்படைத்து வைத்திருந்த என் பொன் முடிப்பையும், மாணிக்கக்கல் ஒன்றையும், கைப்பிடி முத்துக்களையும் இவளிடமிருந்து வாங்கிக் கொடுத்து விடுங்கள். அதையும் நான் இழந்தால், எனக்கு வேறெதுவும் தஞ்சம் இல்லை" என்று சபையோர்முன் கண்கலங்கி நின்றான்.

தாய்க்கிழவி மறுப்பு

அவன் தன் தரப்பு வாதத்தைச் சொன்னதுதான் தாமதம், உடனே கிழவி துள்ளியெழுந்தாள். "வஞ்சகத் திருடன், கூத்திச்

செலவுக்கே வகையற்ற இவனிடம் கொடுத்து வைக்க பொன் முடிப்பு எங்கிருக்கும்? இவனை மருதங்குடி தெய்வந்தான் கேட்க வேண்டும்! அழகர்கோயில் பதினெட்டாம்படித் தெய்வமே நீதி இல்லையா? இவன் என்னிடத்தில் எதுவுமே கொடுத்து வைக்கவில்லை. என்னைக் கிடத்தி என் மகள் தாண்டட்டும். என் மகளைக் கிடத்தி நான் அவளைத் தாண்டிச் சத்தியம் செய்கிறேன். கொடுத்து வைத்தது போல இவன் பொருள் கேட்கிறானே, இவனென்ன போன பிறவியில் என் மகளுக்குப் பிள்ளையாகவா பிறந்திருந்தான்?" என்று ஓலமிட்டாள் கிழவி.

சபையோர் விசாரணை

கிழவியின் பேச்சைக் கேட்ட சபையினர் சிரித்தனர். "சரி வேதியரே, வேசி உனக்கு மருந்திட்டாளென்று சொல்லுகிறீரே, அதெப்படி உமக்குத் தெரியும்? உமக்குத் தெரியும்படியாகவா வசிய மருந்திட்டிருக்க முடியும்?"

அவதானி விளக்கம்

"ஐயா! நேற்று எனக்கு ஆசையூட்டி மயக்கிய இத்தாசி தன் வீட்டில் கூட்டமாகக் கூடி சாராயம் குடித்துக் கும்மாளமிட்டாள். அவளுடைய தோழிமார்களுக்கும் நிறையக் குடிக்கக் கொடுத்தாள். அத்தனைபேரும் குடித்துவிட்டு ஆட்டம் போட்டனர். அப்போது குண்டுணி வாய்க்கள்ளி என்ற பெயருடைய அவளுடைய தோழி, என்னிடம் ஒரு மாதிரியாக நடந்து கொண்டாள். நான் விலகிச் சென்றேன். அப்போது அவள் 'காட்டு மருந்தும் கடை மருந்தும் கூட்டிக் கலந்து, கிழவியைப்போல் உனக்கு நான் இட்டிருந்தால், என் மீதும் உனக்கு ஆசை வந்திருக்கும்' என்றாள். அதனால் எனக்கு கிழவி மருந்திட்டதைத் தெரிந்து கொண்டேன்."

சபையோர் ஆறுதல் மொழி

அவதானி கூறியதைக் கேட்ட சபையோர்கள், "அந்தணரே! நீரோ வேதங்களையெல்லாம் நன்கு கற்றறிந்தவர், தாசியோடு அம்பலத்தில் ஏறுவது உம்மைப் போன்றவர்களுக்குத் தகுதியானதல்ல. தாசி உம் கைப்பொருளை அபகரித்துக் கொண்டதோடு விட்டாளே, அந்த மட்டும் நீர்

பாக்கியசாலிதான். வேதியராக உள்ளவர் வேசியரைக் கண்டால் காதவழி ஒதுங்குவதுதான் முறையாகும். வேத மந்திரங்களை ஓதும் வாயால் வேசியின் வாய் அமுது பருக எப்படித் துணிவு கொண்டீர்? உமக்கு மையல் தீர்த்தக் கடனுக்கு உம் கைப்பொருளைக் கொடுத்ததாகக் கருதிக் கொள்வீராக!" என்று ஆறுதல் கூறினர்.

அப்படியானால் என் கைப்பொருள் திரும்பக் கிடைக்காதா?

சபையோர் தீர்ப்பு

சபையோருக்கு சிரிப்புதான் வந்தது. "அந்தணரே! தாசியிடம் நீர் கொடுத்து வைத்திருந்த பொன்னையும் மற்ற பொருளையும் திரும்பவும் வாங்கிக் கொடுக்கும்படி சொல்கிறீரே! பாம்பின் வாய்க்குள் சென்ற தவளையும், யானையின் வாய்க்குள் அகப்பட்ட கரும்பும், நெருப்பிலிட்ட நெய்யும், வேசியின் கைப்பொருளும் எங்காவது திரும்பக் கிடைத்ததுண்டா? அவைகளெல்லாம் சாத்தியமானால் இந்த தாசியிடமிருந்து உங்கள் பொருளையும் வாங்க முடியும். ஆகவே போனதெல்லாம் போகட்டும், இனி நாங்கள் சொல்லும் புத்திமதிக்குச் செவிசாய்த்தீர்களே யானால் உம்மால் பொன்னும் பொருளும் சம்பாதிக்க முடியும். ஆகையால் மனத்துயர் அடையாமல் சொந்த ஊரை நோக்கிச் செல்லும்" என்றனர்.[63]

மறக்க முடியவில்லை

சபையோர் தீர்ப்பைக் கேட்டு, ஒன்றுமே நடவாதது போல மகிழ்ச்சியுடன் சென்றுகொண்டிருந்த தாயையும், மகளையும் அவதானித் திரும்பிப்பார்த்தார். சபையோர் அறிவுரை நியாயமாகப்பட்டாலும், அவர் உட்கொண்ட வசிய மருந்தின் வீரியத்தால், தாசியை மறக்க முடியாமல் மனம் தவித்தார். ஆனால் அவளோ வற்றிய குளத்தை விட்டுச் செல்லும் பறவைபோல அவரை உதறிவிட்டு போய்க்கொண்டே இருந்தாள்.

அந்த நிலையிலும் திரும்பிச் செல்லும் தாசியின் பின்னழகை அவர் ஏக்கமுடன் ரசித்துக் கொண்டிருந்தார்.

அவரால் அந்தத் தாசியை மறக்க முடியவில்லை. மதுரையை விட்டுச் செல்ல மனமற்றவராய் அவருடைய ஒருகால் பின்னிழுக்க, மற்றொருகால் தாய்க்கிழவியின் மோசத்தை எண்ணிப் பிடரியைப் பிடித்துத் தள்ள, முன்னே போவதும் பிறகு தயங்கித் திரும்புவதுமாக மனம் தத்தளித்தது.

"ம்......, இந்த நேரம் தாசியின் வீட்டில் நான் இருந்த இடத்தில் எவன் இருந்து சுகமனுபவிப்பானோ? நான் ஆனந்த நித்திரை செய்த மலர் பரப்பிய மஞ்சத்தில் எனக்குப் பதிலாய் எந்தத் தகுதியற்றவன் படுத்திருப்பானோ? அன்று, வீதியில் கிழவி சண்டையிட்டபோது ஒரு முரடன் அவளுக்குப் பரிந்து கொண்டு வந்தானே, அந்தத் தொந்தி வயிற்றுத் தடியன் அவளிடம் சுகமனுபவித்துக் கொண்டிருப்பானோ?" மனதிற்குள் புலம்பியவராய் ஊரை நோக்கி நடந்து கொண்டிருந்தார்.

●●●

19. விறலி விடு தூதுக்கள் புலப்படுத்தும் முடிவுகள்

விறலிவிடு தூதுக்களில் காமம் மிகுந்து இன்பச் சுவை அதிகம் காணப்பட்டாலும், நூலின் இறுதியில் கூறப்படும் அறக்கருத்துக்கள் நூலின் நோக்கத்தைத் தெளிவுபடுத்துகின்றன...

யதார்த்த நீதி என்பது கெட்டுத் திருந்துவது அல்லது பட்டுப் பாடம் கற்பது என்பதாக அமையும். இதை அழகுற எடுத்துச் சொல்கிறது விறலி விடு தூது. ஒரு மனிதனின் ஒழுக்க வீழ்ச்சி, மறுபடியும் அவ்வீழ்ச்சியிலிருந்து அவன் திருந்தி மேலெழுவது, கற்புடைய மகளிரின் பெருந்தன்மை, கணிகையரின் ஆடல், பாடல் திறம் முதலிய பல விவரங்களை விறலி விடு தூது மூலம் தெரிந்து கொள்ள முடிகிறது.

சீலமும் ஒழுக்கமும் கொண்ட அந்தணனும் வேசை வசப்பட்டால் எவ்வாறு தன் கலாச்சாரத்தை இழந்து, கீழ்நிலைக்கு வீழ்கிறான் என்பதை இந்நூல்களின் வாயிலாக அறிய முடிகின்றது.

தலைவன் மீது தீரா ஊடல் கொண்டு கோபித்திருக்கும் தலைவியைச் சமாதானப்படுத்தி இணையவைக்கும் திறன் விறலியருக்கு மட்டுமே உண்டு என்பதை நூல் விவரிக்கிறது.

இத்தகைய நூல்களில் காமச்சுவை மிகுதியாக இருக்கின்றது என்பது ஒரு கருத்தாக இருந்தாலும் தாசியரின் உண்மை வாழ்க்கை முறையை எடுத்துரைத்து அவர்கள் எவ்வாறெல்லாம்

ஆடவர்களிடமிருந்து பொருள்களைக் கவருகின்றனர் என்று கூறி, தாசியர்களிடமிருந்து மக்கள் தங்களைக் காத்துக் கொள்ளவும், நல்வழிப்படுத்தவும் எழுந்தவைதான் இந்த விறலிவிடு தூதுக்கள் என்று தோன்றுகிறது.

அன்று முதல் இன்றுவரை பல குடும்பங்களில் நிகழும் பிரச்சனைகளுக்கு விட்டுக் கொடுத்துப் போகாமலும், ஒருவரை ஒருவர் புரிந்து கொள்ளாமல் இருப்பதுமே காரணம் என்பதை விறலி விடு தூதுக்கள் விளக்கி நிற்கின்றது.

அழகு வர்ணனைகள் நூல்களில் அதிகம் என்றாலும் யதார்த்த நீதியை உணர்த்தும் நீதிநூல்களாக இந்த விறலிவிடு தூதுக்கள் இருக்கின்றன என்பதே மறுக்கவோ விமரிசிக்கவோ முடியாத உண்மை.

●●●

அடிக்குறிப்புகள்

1. புறம் 67
2. புறம் 95
3. அகம் 170
4. குறு 362
5. நற் 70
6. குறு 106
7. நண் 926-954
8. கூள10
9. மேலது 13
10. மேலது 15-16
11. மேலது 17-18
12. சேது 1240-1246
13. சங் 170-172
14. ஔவையார் தனிப்பாடல்கள் 46
15. சங் 513-515
16. சங் 242-244
17. மேலது 272-275
18. கூளப. 25
19. சேது 251
20. நண் 230-232
21. சேது 258
22. தா.மோ ப. 248
23. மூவரை 9394
24. கூள 27
25. சங் 36
26. தூது திரட்டு ப. 65
27. மூவரை 98
28. மேலது 100

29. சங் 38
30. செண் 111–113
31. சங் 546
32. கூள 283
33. மேலது 196
34. மூவரை 118
35. சேது 291–294
36. சிதம் ப.13
37. சேது 100
38. சங் 605
39. சங் 607–612
40. சேது 307
41. செண் 137–138
42. சேது 318
43. மேலது 312
44. செண் 146–153
45. மேலது 170–178
46. கூள 515–520
47. சிதம் ப.47
48. நண் ப.35
49. சிதம் ப.29
50. கூள ப. 53–54
51. சிதம் ப. 23
52. செண் 357–384
53. நண் 678–686
54. கூள பக் 102–104
55. சிதம் ப.55
56. நண் ப.24
57. செண் 366
58. செண் 362

59. மேலது *366*

60. கூள *686–696*

61. செண் *384*

62. தெய்வ *418–420*

63. கூள *757–874*

●●●

சுருக்கக் குறியீடுகள்

1. அகம் – அகநானூறு
2. குறு – குறுந்தொகை
3. கூள – நாகம கூளப்ப நாயக்கன் விறலி விடு தூது
4. சங் – சங்கரமூர்த்தி விறலி விடு தூது
5. சிதம் – சிதம்பரேசர் விறலி விடு தூது
6. செண் – செண்டலங்காரன் விறலி விடு தூது
7. சேது – சிவசாமி சேதுபதி விறலி விடு தூது
8. தா.மோ – தாசிகளின் மோசவலை
9. தெய்வ – தெய்வச்சிலையார் விறலி விடு தூது
10. நண் – நண்ணாவூர் சங்கமேசுர சுவாமி வேதநாயகி அம்மன் விறலி விடு தூது
11. நற் – நற்றிணை
12. புறம் – புறநானூறு
13. மூவரை – மூவரையன் விறலி விடு தூது
14. மேலது – மேற்காட்டிய நூல்

●●●

www.ingramcontent.com/pod-product-compliance
Lightning Source LLC
LaVergne TN
LVHW060626051026
849519LV00002B/774
* 9 7 8 9 3 8 7 6 5 5 8 9 8 *